AF514265

തേനും വയമ്പും

study
•
thenum vayambum
•
prasannarajan
•
first chintha edition
april 2018
•
typesetting
sreebhadra, thiruvananthapuram
•
published
chintha publishers, thiruvananthapuram
•
cover
amar bloofish

വിതരണം

ദേശാഭിമാനി ബുക്ക് ഹൗസ്

H O തിരുവനന്തപുരം-695 035
phone: 0471-2303026, 6063026
www.chinthapublishers.com
chinthapublishers@gmail.com

ബ്രാഞ്ചുകൾ

ഹെഡ്ഡാഫീസ് ബ്രാഞ്ച് കുന്നുകുഴി • സ്റ്റാച്യു തിരുവനന്തപുരം • കെ എസ് ആർ ടി സി ബസ് സ്റ്റേഷൻ ആലപ്പുഴ • കെ എസ് ആർ ടി സി ബസ് സ്റ്റേഷൻ എറണാകുളം • മച്ചിങ്ങൽ ലെയ്ൻ തൃശൂർ • ഐ ജി റോഡ് കോഴിക്കോട് • മാവൂർ റോഡ് കോഴിക്കോട് • എൻ ജി ഒ യൂണിയൻ ബിൽഡിങ് കണ്ണൂർ • സെൻട്രൽ ബസ് ടെർമിനൽ കോംപ്ലക്സ് താവക്കര കണ്ണൂർ

CO - 2849 / 4611
ISBN - 978-93-87842-19-9

തേനും വയമ്പും

പ്രസന്നരാജൻ

ചിന്ത പബ്ലിഷേഴ്സ്
തിരുവനന്തപുരം-695 035

പ്രസന്നരാജൻ

വിവിധ ഗവൺമെന്റ് കോളേജുകളിൽ അദ്ധ്യാപകനായിരുന്നു. 2008 ൽ യൂണിവേഴ്സിറ്റി കോളേജിൽനിന്നും വിരമിച്ചു. കൃതികൾ: *ലീലാകാവ്യം വീണ്ടും പരിശോധിക്കുമ്പോൾ* (1979), *കേരളകവിതയിലെ കലിയും ചിരിയും* (1992), *തേനും വയമ്പും* (1995), *തിരിച്ചറിവുകൾ* (2000), *ഉത്തരാധുനിക ചർച്ചകൾ* (2002), *കെടാത്ത ജ്വാല: കെ ബാലകൃഷ്ണൻ* (2006), *നമ്മുടെ വിമർശകരിൽ എത്ര സഹൃദയരുണ്ട്* (2010), *ആസ്വാദനത്തിന്റെ ഉന്മാദം* (2011), *മൗനം കുറ്റകരമാകുന്നു* (2013), *കവിതയും രാഷ്ട്രീയഭാവനയും* (2014), *പ്രസന്നരാജന്റെ ലേഖനങ്ങൾ* (2014), *വായും വിമർശവും* (2015). അവാർഡുകൾ: *കേരളകവിതയിലെ കലിയും ചിരിയും* എന്ന ഗ്രന്ഥത്തിന് 1993 ലെ കേരളസാഹിത്യ അക്കാദമിയുടെ അവാർഡും *തേനും വയമ്പും* എന്ന ഗ്രന്ഥത്തിന് 1995 ലെ എസ് ബി ഐ അവാർഡും *ഉത്തരാധുനിക ചർച്ചകൾ* എന്ന ഗ്രന്ഥത്തിന് 2012 ലെ ബാലസാഹിത്യ ഇൻസ്റ്റിറ്റ്യൂട്ടിന്റെ മികച്ച വിമർശനഗ്രന്ഥത്തിനുള്ള അവാർഡും ലഭിച്ചു.

ഭാര്യ : വി എൻ ഗീത
മക്കൾ : അപർണ്ണ, അഭയ
വിലാസം : 'ഗണേഷ്', മയ്യനാട് പി ഒ
കൊല്ലം 691 303
ഇമെയിൽ : prasannarajank@rocketmail.com

ഉള്ളടക്കം

കവിത നിർവ്വചിക്കുവാൻ ശ്രമിക്കുമ്പോൾ 9
കവിത നല്കുന്ന കണ്ണടകൾ 18
കവിതയും യാഥാർത്ഥ്യവും 24
കവിതയും വൈരുദ്ധ്യവും 29
ആഴക്കടലിൽനിന്നും ഉയർന്നുവരുന്ന വാക്കുകൾ 35
കവിതയും രാഷ്ട്രീയവും 43
കവിതയുടെ പിതൃഭൂമി 51
രണ്ടാം ഭാഗം
അർത്ഥത്തിന്റെ സ്വാതന്ത്ര്യം 61
മൂല്യനിർണ്ണയത്തിന്റെ മറ്റൊരദ്ധ്യായം 67
കാവ്യവിമർശനത്തിലെ വെളുപ്പും കറുപ്പും 76
കാലത്തെ ഭക്ഷിക്കുന്ന കവിത 85

Freedom in a poem must mean freedom of meaning, the freedom to have a meaning of one's own.

- Harold Bloom

പ്രസാധകക്കുറിപ്പ്

എങ്ങനെ നിർവ്വചിച്ചാലും നിർവ്വചനത്തിനപ്പുറത്തേക്കു നീണ്ടു പോകുന്ന ചിലതുണ്ട്, അക്കൂട്ടത്തിലാണ് കവിത. പറഞ്ഞ വാക്കുകൾക്കപ്പുറത്തേക്കു പ്രവഹിക്കുന്ന അർത്ഥതലങ്ങൾ കവിതയ്ക്കുണ്ട്. ഭാഷയുടെ മൂന്നാം കണ്ണാണത്. കവിതയുടെ സ്വത്വവും സ്വരൂപവും തേടുന്ന കൃതിയാണ് ഡോ. പ്രസന്നരാജന്റെ *തേനും വയമ്പും*. എന്താണു കവിത എന്ന ചോദ്യംപോലെ കവിതയുടെ പൊരുളെന്ത് എന്ന ചോദ്യവും പ്രസക്തമാണ്. ഇതിനൊന്നും പൊതുസ്വീകാര്യമായ ഒരു അർത്ഥം സാദ്ധ്യമാകാത്തത് എഴുത്തുകാരന്റെ പരിമിതികൊണ്ടുമാത്രമല്ല കവിതയുടെ അർത്ഥവൈപുല്യം കൊണ്ടു കൂടിയാണ്. കവിതയെപ്പറ്റി, അതിനുള്ളിലെ ഭാഷയെപ്പറ്റി, ബിംബകല്പനകളെപ്പറ്റി, ചിഹ്നങ്ങളെപ്പറ്റി സാമാന്യമായ ധാരണയുണ്ടാക്കാൻ ഈ കൃതി സഹായകരമാകും. ദീർഘകാലത്തെ അദ്ധ്യാപകവൃത്തിയിലൂടെ ഉരുത്തിരിഞ്ഞ ശിക്ഷണരീതി ഡോ. പ്രസന്നരാജന്റെ ഈ കൃതിയെ വേറിട്ടതാക്കുന്നു. വിദ്യാർത്ഥികൾക്ക് സധൈര്യം ആശ്രയിക്കാവുന്ന ഒന്നാണീ കൃതി.

ചിന്ത പബ്ലിഷേഴ്സ്

ഒന്നാം ഭാഗം

കവിത നിർവ്വചിക്കുവാൻ ശ്രമിക്കുമ്പോൾ

വന്യവും സുന്ദരവും ഭാവാത്മകവുമായ കവിതകൊണ്ട് നിറഞ്ഞതാണ് പ്രകൃതി. ഈശ്വരൻ രചിച്ച ഈ കവിതയെ ജയിക്കുന്ന കവിത വേറെയില്ല. ഭാഷയും വാക്കുകളുമില്ലാത്ത, എന്നാൽ അർത്ഥവും ശബ്ദവും താളവും നിറഞ്ഞ, ജീവിത വൈരുദ്ധ്യങ്ങളുടെ അനന്തമായ ഭാവങ്ങൾ നിറഞ്ഞ ഈ കവിത നാം ആസ്വദിക്കുന്നു. ഈശ്വരൻ രചിച്ച പൂർണ്ണവും വിശുദ്ധവും ഉദാത്തവുമായ കവിതയിൽനിന്നും ഭിന്നമാണ് മനുഷ്യൻ നിർമ്മിച്ച കവിത. അതു ഭാഷയിലും വാക്കുകളിലും കല്പനകളിലും ജീവിക്കുന്നു. ഒരിക്കലും പ്രാപിക്കുവാൻ കഴിയാത്ത പൂർണ്ണതയുടെയും ഉദാത്തതയുടെയും ലോകത്തേക്ക് നീങ്ങുകയും ചെയ്യുന്നു. മനുഷ്യൻ നിർമ്മിച്ച കവിതയ്ക്ക് അതിന്റേതായ പരിമിതികളുണ്ടെങ്കിലും അതു മനുഷ്യന്റെ ബോധമണ്ഡലത്തെ ആഴത്തിൽ സ്പർശിക്കുന്നുണ്ട്.

കവിത എന്ത് എന്ന ചോദ്യം ലളിതമായ ഒന്നല്ല. മനുഷ്യചിന്ത ആരംഭിച്ച കാലം മുതൽ ഈ ചോദ്യം ഉയരുന്നുണ്ട്. കവിത വായനക്കാരന്റെ ബുദ്ധിയെയും ഹൃദയത്തെയും ആഴത്തിൽ സ്പർശിക്കുന്നുവെന്നും, കാലത്തിന്റെ ക്രൂരമായ കടന്നാക്രമണത്തെ അത് അത്ഭുതകരമായ കരുത്തോടെ അതിജീവിക്കുന്നുവെന്നും ഇന്ന് നമുക്കറിയാം. എത്ര ആസ്വദിച്ചാലും തീരാത്ത അപൂർവ്വമായ ഒരു രുചി കവിതയിലൂറിക്കിടപ്പുണ്ട്. ഒരിക്കലും നിലയ്ക്കാത്ത അർത്ഥത്തിന്റെയും ഭാവത്തിന്റെയും തരംഗങ്ങൾ കവിതയിലെവിടെയോ മറഞ്ഞു കിടപ്പുണ്ട്. ഒരു കാലത്തും പൂർണ്ണമായി വെളിപ്പെട്ടു കിട്ടാത്ത വിസ്മയം കലർന്ന നിഗൂഢത കവിതയുടെ ഘടനയിലുണ്ട്. നല്ല വായനക്കാരിൽ എപ്പോഴും ആകാംക്ഷ ജനിപ്പിക്കുന്ന ഒരു തരം മാന്ത്രികക്കൂത്തിന്റെ സ്വഭാവം കവിത പ്രകടിപ്പിക്കുകയും ചെയ്യുന്നു. ഈ മാന്ത്രികക്കൂത്തിനെ ലളിതമായ നിർവ്വചനത്തിന്റെ പരിധിയിൽ

ഒതുക്കി നിർത്തുവാനാകില്ല.

കവിതയ്ക്ക് വന്യവും മനോഹരവുമായ ഒരുതരം അയുക്തികത യുണ്ട്. മാത്രമല്ല, വായനക്കാരെ മാന്ത്രികവലയിൽ വീഴ്ത്തുന്ന അസം ബന്ധങ്ങളും അവാസ്തവങ്ങളും നല്ല കവിതയിൽ കടന്നുകൂടുന്നു. പ്രത്യക്ഷ യാഥാർത്ഥ്യവുമായി കവിതയ്ക്ക് നേരിട്ട് ബന്ധവുമില്ല. കവി ഭാവന സൃഷ്ടിച്ച കല്പനകളും ചിത്രങ്ങളും യഥാർത്ഥമല്ലെന്ന് ഏവർക്കു മറിയാം. സാധാരണ ജീവിതത്തിലെ യുക്തികളെ അതു നിരാകരിക്കു കയും ചെയ്യുന്നു. ഇതൊക്കെ ശരിയാണ്. പക്ഷേ, കവിതയിലെ വന്യവും സുന്ദരവുമായ അയുക്തികത വായനക്കാരെ രസിപ്പിക്കുന്നു. കൂടുതൽ അഗാധമായ യാഥാർത്ഥ്യങ്ങളിലേക്ക് അവരെ നയിക്കുകയും ചെയ്യുന്നു. ബാഹ്യയാഥാർത്ഥ്യവുമായി പൊരുത്തപ്പെടാത്ത വാങ്മയ ശില്പത്തി ലൂടെ കടന്നുപോകുമ്പോൾ വായനക്കാർക്ക് ഈ ലോകത്തെ കാണു വാൻ പുതിയൊരു കണ്ണിന്റെ വരം ലഭിക്കുന്നു. വായനക്കാരന്റെ ധാരണ കളെ തിരുത്തുകയും ബോധത്തെ വികസിപ്പിക്കുകയും ചെയ്യുന്ന കവിത ബാഹ്യയാഥാർത്ഥ്യത്തെ സൂക്ഷ്മമായി ദർശിക്കുവാൻ കരുത്തു നല്കു കയും ചെയ്യുന്നു. അതുകൊണ്ട് അടിസ്ഥാനപരമായി കവിത അറിവാണ്.

വാക്കുകൾ താളാത്മകമായി കൂട്ടിമുട്ടിച്ച് സൗന്ദര്യാനുഭൂതികളുടെ അഗ്നി സൃഷ്ടിക്കുന്ന കലയാണ് കവിത. കവിയുടെ മാധ്യമം വാക്കുക ളാണ്. കാവ്യശരീരം ഭാഷയാണ്. വാക്കുകൾ പ്രത്യേക തരത്തിലുപയോ ഗിച്ചാണ് വികാരങ്ങളെ സൗന്ദര്യാനുഭവമായി കവികൾ മാറ്റുന്നത്. വാക്കു കൾ കൂടിച്ചേർന്ന സവിശേഷമായ ഭാഷയിലൂടെയാണ് കവികൾ സംവേ ദനം നടത്തുന്നത്. ഈ ഭാഷ സാമാന്യ വ്യവഹാരഭാഷയിൽനിന്നും മൗലി കമായും ഭിന്നമാണ്. ഭാവനാത്മകവും അയുക്തികവുമായ ശൈലിയാണ് കവിതയുടേത്. കവിതയിലെ ഭാഷാഘടന യാന്ത്രികമായല്ല പ്രവർത്തി ക്കുന്നത്. രൂപകങ്ങളും ചിഹ്നങ്ങളും നിഗൂഢാർത്ഥ സൂചകങ്ങളായ പദ ങ്ങളും ബിംബങ്ങളും അലങ്കാരങ്ങളും ചേർന്ന താളാത്മകമായ ഭാഷ യാണ് കവികളുപയോഗിക്കുന്നത്. സാധാരണഭാഷയിലെ യുക്തികളെ എപ്പോഴും ലംഘിക്കുന്ന ഭാവനാത്മകമായ ഭാഷ (imaginative language) യാണത്. വിശേഷാർത്ഥങ്ങൾ ധ്വനിപ്പിച്ചുകൊണ്ടും, എപ്പോഴും അനുവാ ചകനിൽ ചലനങ്ങൾ സൃഷ്ടിച്ചുകൊണ്ടും നീങ്ങുന്ന വിചിത്രമായ ഭാഷ യാണത്. അതു വ്യാകരണത്തെ തഴുകിക്കൊണ്ടുതന്നെ അതിനെ ലംഘി ക്കുന്നു. ഭാഷ വ്യാകരണത്തെ പൂജിച്ച് മറികടക്കുമ്പോൾ നാം എത്തി ച്ചേരുന്നത് ഇരുട്ടിലല്ല ഭാഷയ്ക്കുള്ളിൽത്തന്നെയാണ്, ഭാഷയിലാണ് എന്ന് ഭാഷയുടെ അക്രമസ്വഭാവത്തെക്കുറിച്ചു പഠിച്ച ഒരു നിരൂപകൻ ചൂണ്ടി ക്കാട്ടുന്നുണ്ട്.[1] ഭാഷയിൽ ലംഘനമുണ്ടാകുമ്പോൾ നാം രസിക്കുന്നു. ഭാഷ യുടെ ഘടനയിലുണ്ടാകുന്ന അത്തരമക്രമങ്ങളാണ് ഭാഷയെ ജീവിപ്പി ക്കുന്നതെന്നും ആ നിരൂപകൻ പറയുന്നുണ്ട്. ഇങ്ങനെയുള്ള അക്രമങ്ങൾ

1 Jean - Jacques Lecercle: *The Violence of Language.*

നിറഞ്ഞതാണ് കവികളുടെ ഭാഷ. അതു ഭാഷയുടെ മറുവശമാണ്. കവിതയിലെ വാക്കുകൾ ഒരൊറ്റ ദിശയിലേക്ക് മാത്രം നീങ്ങുന്നവയല്ല. നിരവധി അർത്ഥവിവക്ഷകൾ ലീനമായി കിടക്കുന്ന മാന്ത്രികവൃത്തമാണ് സാഹിത്യരചന. കവികൾ വാക്കുകളുടെ അർത്ഥത്തെയും ശബ്ദത്തെയും സമർത്ഥമായി പരിണാമത്തിന് വിധേയമാക്കുന്നു. പലപ്പോഴും സാഹസികമായ പരീക്ഷണത്തിന് വിധേയമാകുന്നുവെന്ന് തന്നെ പറയാം. യാഥാസ്ഥിതികമായ ഭാഷാസങ്കല്പങ്ങളെയും നിയമവ്യവസ്ഥയെയും കവികളുടെ സർഗ്ഗഭാവന എപ്പോഴും ചോദ്യം ചെയ്യുകയും ജഡതയിൽനിന്നും ഭാഷയെ മോചിപ്പിക്കുകയും ചെയ്യുന്നു. കവികൾ വാക്കുകളെ അവയുടെ സാമ്പ്രദായികമായ സൂചിതാർത്ഥത്തിൽനിന്നും മോചിപ്പിക്കുകയും നിരവധി അർത്ഥങ്ങളുമായി കൂടിച്ചേരാൻ അവയ്ക്ക് സ്വാതന്ത്ര്യം നല്കുകയും ചെയ്യുന്നു. നാനാർത്ഥ നിർമ്മാണത്തിനുള്ള സാദ്ധ്യത ഇതു വർദ്ധിപ്പിക്കുന്നു.

കവിതയിലെ വിചിത്രമായ ഭാഷയും ബിംബകല്പനകളും ചിഹ്നങ്ങളുമെല്ലാം കവിയുടെ ഭാവനയുടെ സൃഷ്ടിയാണ്. ഭാവന പുതിയതു സൃഷ്ടിക്കുന്നു. കവിയെ കവിയാക്കുന്ന ദിവ്യദർശനമാണ് ഭാവനയെന്ന് ചൂണ്ടിക്കാണിക്കപ്പെട്ടിട്ടുണ്ട്. ജീവിത യാഥാർത്ഥ്യത്തെക്കുറിച്ചുള്ള സൂക്ഷ്മവും അഗാധവുമായ അവബോധം കവിമനസ്സിന് നല്കുന്നതു ഭാവനയാണ്. എല്ലാ മനുഷ്യരിലും ഭാവനയുടെ അംശമുണ്ട്. കലാകാരന്മാരിൽ അതു സർഗ്ഗാത്മക ഭാവനയായി പ്രത്യക്ഷപ്പെടുന്നു. അതിന്റെ പ്രവർത്തനം സങ്കീർണ്ണമാണ്. സംവേദനക്ഷമമായ കവി മനസ്സിൽ പതിയുന്ന ബാഹ്യയാഥാർത്ഥ്യത്തെ കലയുടെ രൂപഭാവത്തിൽ പരിണമിപ്പിക്കുന്നതു കാവ്യഭാവനയാണ്. യാഥാർത്ഥ്യത്തെ സ്വപ്നമാക്കുവാനും സ്വപ്നത്തെ പരുഷമായ യാഥാർത്ഥ്യമാക്കുവാനും അതിനു കഴിയും. കേവലമായ അറിവിനെ വൈകാരികാനുഭൂതിയാക്കുന്നതും, നിഘണ്ടുവിലെ നിശ്ചിതാർത്ഥം സൂചിപ്പിക്കുന്ന വാക്കുകളെ നിരവധി അർത്ഥസൂചനകൾ നിറഞ്ഞ ചിഹ്നങ്ങളാക്കി മാറ്റുന്നതും താളത്തിന്റെ ചലനങ്ങൾ സൃഷ്ടിക്കുന്നതും ഭാവനയാണ്. അതു കവികളുടെ മൂന്നാമത്തെ കണ്ണാണെന്നു പറയാം. മറ്റാരും കാണാത്തത് അതു കാണുന്നു. വാസ്തവലോകത്തിന്റെ പിന്നിലെ വലിയ യാഥാർത്ഥ്യങ്ങൾ അതറിയുന്നു. വിഷത്തെ അമൃതാക്കുവാനും പാഴാകാശങ്ങളിൽ മലർവാടികൾ സൃഷ്ടിക്കുവാനും അതിനു കഴിവുണ്ട്. ഒരു കാലത്തിന്റെ ആന്തരികചലനങ്ങളിലേക്കും, മനുഷ്യമനസ്സിന്റെ ഇരുൾക്കയങ്ങളിലെ സ്വകാര്യവ്യസനങ്ങളിലേക്കും, മനുഷ്യനെ പിടികൂടുന്ന നിത്യമായ ആത്മീയ വൈഷമ്യങ്ങളിലേക്കും കവിമനസ്സിനെ നയിക്കുന്നത് ഭാവനയുടെ പ്രവർത്തനങ്ങളാണ്. സർഗ്ഗാത്മകമായ കാവ്യഭാവനയെ നിയന്ത്രിക്കുവാൻ കർക്കശനിയമങ്ങളില്ല. അതു സ്വതന്ത്രമാണ്. കിരാതമായ ഈ സ്വാതന്ത്ര്യം ഭാവനയെ ചിലപ്പോൾ നിയന്ത്രണമില്ലായ്മയുടെയും ഉന്മാദത്തിന്റെയും തലങ്ങളിലെത്തിക്കാറുണ്ട്. ആ ഉന്മാദത്തിനിടയിലും സത്യത്തെ സംബന്ധിക്കുന്ന സ്വകാര്യ വെളിപാടുകൾ

അതു നല്കിക്കൊണ്ടിരിക്കും.

അർത്ഥത്തിന്റെയും ഭാവത്തിന്റെയും പലതലങ്ങളെ സ്പർശിക്കുന്ന ഭാഷാഘടനയാണ് കവിതയിലുള്ളതെന്നു പറഞ്ഞു കഴിഞ്ഞു. ആ ഭാഷാഘടനയിൽ വാക്കുകളുടെ അർത്ഥവും ശബ്ദവും വിചിത്രമായ വിധത്തിൽ സമ്മേളിച്ചിരിക്കുകയാണ്. ശബ്ദവും അർത്ഥവും തമ്മിലുള്ള ഹൃദയംഗമമായ സമ്മേളനമാണ് കവിതയെന്ന് ഭാരതീയ സൗന്ദര്യശാസ്ത്രം വ്യക്തമാക്കുന്നു. പാർവ്വതിയുടെയും പരമേശ്വരന്റെയും ചേർച്ചപോലെ ഹൃദ്യവും നിത്യവുമായ ചേർച്ചയാണ് അതെന്ന് കാളിദാസൻ പറഞ്ഞു. ചമല്ക്കാരമുള്ള വാക്യത്തെ കാവ്യമായി ഭാരതീയ ചിന്ത കാണുന്നു. ചമല്ക്കാരമെന്നാൽ ഇന്ദ്രജാലം (magic), അത്ഭുതം എന്നൊക്കെ അർത്ഥം പറയാം. വാക്കുകളുടെ ശബ്ദംകൊണ്ടും അർത്ഥം കൊണ്ടും കവികൾ നടത്തുന്ന സർഗ്ഗപരമായ ഒരു തരം മാജിക് തന്നെയാണ് കവിത. മനുഷ്യജീവിതത്തിൽ നിന്നുമുള്ള കരുക്കൾ സ്വീകരിച്ച് കവിപ്രതിഭ നടത്തുന്ന അത്യന്തം സൂക്ഷ്മവും വിചിത്രവുമായ ഈ മാജിക് നമ്മെ കൂടുതൽ സൂക്ഷ്മബോധമുള്ളവരും കൂടുതൽ യാഥാർത്ഥ്യബോധമുള്ളവരുമാക്കി മാറ്റുന്നു എന്നു കാണാം. ശബ്ദാർത്ഥങ്ങളുടെ വിചിത്രമായ പ്രയോഗമാണ് കവിതയെന്നു പറഞ്ഞ ഭാരതീയ സൗന്ദര്യശാസ്ത്ര ചിന്തകർ കവിതയിലെ ഭാഷാഘടനയെക്കുറിച്ച് ഭംഗിയായി മനസ്സിലാക്കിയിരുന്നു. 'വിശിഷ്ടമായ പദരചന', 'വൈചിത്രഭംഗീഭണിതി' എന്നൊക്കെയുള്ള സൂക്ഷ്മനിരീക്ഷണങ്ങൾ ശ്രദ്ധിച്ചാൽ കാവ്യഭാഷയുടെ സവിശേഷത അവരറിഞ്ഞിരുന്നു എന്നു വ്യക്തമാകും. വിചിത്രമായ രീതിയിൽ ആവിഷ്കരിക്കപ്പെടുന്ന ശബ്ദപ്രപഞ്ചമാണ് സാഹിത്യമെന്ന കാര്യത്തിൽ ഭാരതീയ ചിന്തയ്ക്ക് സംശയമില്ല.

കവിതയിലെ ഭാഷാഘടന യാന്ത്രികമായല്ല പ്രവർത്തിക്കുന്നതെന്ന് മുമ്പ് പറഞ്ഞു. മുൻവിധികളെ നിരാകരിക്കുകയും വിസ്മയം ജനിപ്പിക്കുകയും ചെയ്യുന്ന യാന്ത്രികത അതിനുണ്ട്. കവിതയിലെ ശബ്ദത്തിന് വലിയ പ്രാധാന്യമുണ്ട്. വാക്കുകളുടെ അർത്ഥത്തിന് ധ്വനിപ്പിക്കുവാൻ കഴിയാത്ത സൂക്ഷ്മമായ ഭാവങ്ങൾ ശബ്ദം ചിലപ്പോൾ ധ്വനിപ്പിച്ചു കേൾപ്പിക്കും. കവിയുടെ സർഗ്ഗശക്തിയുടെ സ്പർശനമേറ്റ പദങ്ങൾ നിരവധി അർത്ഥധ്വനികളിലേക്ക് അനുവാചകനെ നയിക്കുകയും ചെയ്യും. പൊതുവെ പറഞ്ഞാൽ കവിതയിലെ ആവിഷ്കരണ സമ്പ്രദായം നേരിട്ടല്ല, പരോക്ഷമായ മാർഗ്ഗമാണ് കവികൾ സ്വീകരിക്കുന്നത്. കവി നേരിട്ട് പറയുന്ന കാര്യത്തേക്കാൾ നേരിട്ട് പറയാത്ത കാര്യങ്ങളാണ് ശബ്ദാർത്ഥങ്ങൾ സമർത്ഥമായി സൂചിപ്പിക്കുന്നത്. ചിലപ്പോൾ കവി ഒരു കാര്യം പറയുകയും നേർവിപരീതമായ അർത്ഥം വായനക്കാർ വായിച്ചു പോകുകയും ചെയ്യും. അർത്ഥത്തെ സംബന്ധിക്കുന്ന സംശയങ്ങൾ ഉണർത്തുന്ന കവിതകൾ പുതിയ തലങ്ങൾ നമുക്കു സമ്മാനിക്കുകയും ചെയ്യുന്നു. കവികളുടെ വിശിഷ്ടമായ പദരചനയാണ് ആസ്വാദകർക്ക് ഇത്തരം കാവ്യാനുഭവങ്ങൾ നല്കുന്നത്. ശബ്ദാർത്ഥങ്ങൾ പ്രത്യക്ഷ

മായി സൂചിപ്പിക്കുന്ന അർത്ഥം നിലനില്ക്കവേതന്നെ, അതിനെ പ്രതിരോധിച്ചുകൊണ്ട്, ഒരു പരിധിവരെ നിരാകരിച്ചുകൊണ്ട്, പരോക്ഷമായ അർത്ഥങ്ങൾ വായനക്കാരന്റെ മനസ്സിൽവന്നു നിറയുന്നു. നല്ല കവിതകളാസ്വദിക്കുമ്പോൾ ഈ വൈരുദ്ധ്യം വായനക്കാർക്ക് ബോദ്ധ്യപ്പെടും. ആസ്വാദനത്തിലുള്ള ഈ വൈരുദ്ധ്യത്തെക്കുറിച്ച് ഭാരതീയ സൗന്ദര്യചിന്ത വ്യക്തമായറിഞ്ഞിരുന്നു. ശബ്ദശക്തിയെക്കുറിച്ച് വിശദീകരിച്ചപ്പോൾ അഭിധ, ലക്ഷണ, വ്യഞ്ജന എന്നിങ്ങനെ മൂന്ന് ശബ്ദശക്തികളെക്കുറിച്ച് ഭാരതീയ മനസ്സ് പറയുന്നുണ്ട്.

പല ഘടനകൾ നിറഞ്ഞതാണ് കലാസൃഷ്ടിയെന്ന ആധുനിക കാലത്തെ കാഴ്ചപ്പാടും ഭാരതീയ ചിന്തയുടെ കാഴ്ചപ്പാടും തമ്മിൽ അടുത്ത ബന്ധമുണ്ട്. ഭാഷയെ ചിഹ്ന (sign) ങ്ങളുടെ ഭാഷയായി ആധുനിക ഭാഷാശാസ്ത്രം കാണുന്നു. ഭാഷ ഘടനകളാൽ നിർമ്മിക്കപ്പെട്ടതാണെന്ന് കരുതുകയും ചെയ്യുന്നു. ഈ വഴി പിന്തുടർന്ന ഘടനാവാദം (Structuralism) കലാസൃഷ്ടിയെ സൂചകവും (signifier) സൂചിതവും (signified) ചേർന്നുള്ള ഭാഷാചിഹ്നങ്ങളുടെ വിചിത്രലോകമായി ദർശിക്കുന്നു. അനേകം അടരുകളുള്ള ഘടനയാണ് ഭാഷയുടേതെന്ന് ബാർത്ത് (Roland Barthes) ചൂണ്ടിക്കാട്ടുന്നു. പല മടക്കുകളുള്ള ഘടനയാണ് ഭാഷയുടേതെന്ന് ബക്ത്തിനും അഭിപ്രായപ്പെടുന്നുണ്ട്. അർത്ഥവത്തായ ചിഹ്നങ്ങളിലൂടെ നിരവധി ഭാവാർത്ഥ തലങ്ങൾ ധ്വനിപ്പിക്കുവാൻ കവിതയ്ക്കു സാധിക്കുന്നു എന്നർത്ഥം. വ്യത്യസ്തങ്ങളായ അടരുകളൊന്നിച്ചു ചേർന്നതാണ് കലാസൃഷ്ടി എന്ന കാര്യം ഘടനാവാദികൾ എടുത്തു പറയുന്നുണ്ട്. കാവ്യഭാഷയുടെയും ബിംബകല്പനയുടെയും താളഘടനയുടെയും പിന്നിലെ മാന്ത്രികതയുടെ സ്പർശമാണ് വിഭിന്നാർത്ഥങ്ങൾ ധ്വനിപ്പിച്ചു കേൾപ്പിക്കുവാൻ കലാസൃഷ്ടിക്ക് കരുത്തു നല്കുന്നത്. സൂക്ഷ്മമായ വായനയിൽ കവികളുപയോഗിക്കുന്ന പദങ്ങളും ചിഹ്നങ്ങളും വിഭിന്നങ്ങളായ അർത്ഥങ്ങളും ഭാവങ്ങളും സൂചിപ്പിക്കുന്നവയാണ്. കവികൾ വാക്കുകളുടെ പിന്നിൽ മറഞ്ഞു കിടക്കുന്ന വംശസ്മരണകളെ ഉണർത്തിവിടും വിധമാണ് ഭാഷയുപയോഗിക്കുന്നത്. സമകാലികമായ വിഷയത്തെ കേന്ദ്രീകരിച്ച് രചിക്കപ്പെട്ട, പ്രത്യക്ഷത്തിൽ ലളിതമെന്ന തോന്നൽ ജനിപ്പിക്കുന്ന കവിതയും പ്രാചീനമായ മനുഷ്യാനുഭവങ്ങളെ ചരിത്രയാഥാർത്ഥ്യങ്ങളെ സ്പർശിക്കുന്നതായി നല്ല സംവേദനക്ഷമതയുള്ള വായനക്കാർക്ക് അനുഭവപ്പെടാറുണ്ട്. വാക്കുകളുടെ പിന്നിൽ അവശിഷ്ടരൂപത്തിൽ മറഞ്ഞുകിടക്കുന്ന പ്രാചീനമായ അർത്ഥത്തെ കവിയുടെ സർഗ്ഗശക്തി സ്പർശിക്കുന്നതുകൊണ്ടാണ് അങ്ങനെ സംഭവിക്കുന്നത്.

നാനാർത്ഥദ്യോതകമായ ഭാഷയുപയോഗിച്ച് ജീവിത യാഥാർത്ഥ്യത്തെ ഭാവനയിലൂടെ പുനഃസൃഷ്ടിക്കുകയാണ് കവികൾ ചെയ്യുന്നത്. ജീവിതത്തിലെ ഏതു നിസ്സാരഭാവവും കവിതയ്ക്കു വിഷയമാകാം. സാഹിത്യ ബാഹ്യമായി യാതൊന്നുമില്ല. എന്നാൽ, ജീവിതത്തിലെ പച്ച

യായ വൈകാരികാനുഭവങ്ങൾ ഭാവനയിലൂടെ പുതിയ രൂപം കൈവരിക്കുന്നതായി കാണാം. ഏതു സങ്കീർണ്ണ ചിന്തയും കവിതയിൽ കടന്നുവരാം. സ്വകാര്യവ്യസനങ്ങളും ചരിത്ര പ്രതിസന്ധികളും രാഷ്ട്രീയ സംഭവവികാസങ്ങളും പ്രകൃതിദുരന്തവും പ്രേമദുരന്തവും ദാർശനിക വൈഷമ്യങ്ങളുമെല്ലാം കവിതയുടെ വിഷയങ്ങളായി വരാം. ഇവയെല്ലാം മനുഷ്യ യാഥാർത്ഥ്യമെന്താണെന്ന് അറിയുവാനുള്ള സാഹസികമായ അന്വേഷണത്തിന്റെ ഭാഗമായി, രചനയിൽ മാറുന്നുവെന്ന് മാത്രം. കവിത യാഥാർത്ഥ്യത്തെക്കുറിച്ചുള്ള ധ്യാനമാണ്.

ജീവിതത്തിന്റെയും പ്രകൃതിയുടെയും രഹസ്യമറിയുവാൻ വെമ്പൽ കൊള്ളുകയും എല്ലാറ്റിന്റെയും മൂലകാരണമാരായുകയും ചെയ്ത *ഋഗ്വേദ*ത്തിന്റെയും *ഉപനിഷത്തി*ന്റെയും കാലം മുതൽ ഈ ധ്യാനം കാണാം. ഈ ജീവിതത്തെ സംബന്ധിക്കുന്ന അടിസ്ഥാനപരമായ യാഥാർത്ഥ്യങ്ങൾ അശാന്തി നിറഞ്ഞ മനസ്സുമായി തിരയുന്ന കവികൾ അതിന്റെ എല്ലാ വശവും കാണുന്നുണ്ട്. മനുഷ്യ യാഥാർത്ഥ്യത്തിന് ഒറ്റ മുഖം മാത്രമല്ല ഉള്ളത്. മനുഷ്യജീവിതത്തിന്റെ എല്ലാ വശങ്ങളും കവികൾ കാണുന്നു. വ്യക്തിപരം, സാമൂഹികം എന്നിങ്ങനെയുള്ള ചില സങ്കല്പങ്ങളിൽ യാഥാർത്ഥ്യത്തെ ഒതുക്കി നിർത്തുവാനാകില്ല. പുരാവൃത്തസ്മൃതികളും ചരിത്രയാഥാർത്ഥ്യങ്ങളും വർത്തമാനകാല രാഷ്ട്രീയ സംഭവങ്ങളും വ്യക്തിപരമായ വ്യസനങ്ങളും ജീവിതത്തിലെ ചില അകാരണ ഭീതികളുമൊക്കെ കവിമനസ്സിൽ അർത്ഥവത്തായ ചലനങ്ങളുണ്ടാക്കുന്നു. ചരിത്രയാഥാർത്ഥ്യത്തെയും രാഷ്ട്രീയചലനങ്ങളെയും ഒഴിവാക്കിക്കൊണ്ടുള്ള അന്വേഷണം അപൂർണ്ണമായിരിക്കും. മാത്രമല്ല സമകാലിക ജീവിതയാതനകളിൽനിന്നും സംവേദനശക്തിയുള്ള കവികൾക്ക് ഒഴിഞ്ഞു നില്ക്കുവാനുമാകില്ല. വ്യത്യസ്തങ്ങളായ ആ അനുഭവങ്ങൾ നല്കുന്ന അറിവാണ് യാഥാർത്ഥ്യത്തിലേക്ക് കവികളെ നയിക്കുന്നത്. അവ നല്കുന്ന ഉണർവ്വാണ് ജീവിതരഹസ്യത്തെക്കുറിച്ചുള്ള അവബോധം കവിമനസ്സിൽ സൃഷ്ടിക്കുന്നത്. ജീവിതത്തിലെ ഓരോ ചെറിയ സംഭവവും നിസ്സാരമെന്ന് കരുതപ്പെടാറുള്ള ചെറിയ ചലനങ്ങൾപോലും സത്യത്തിലേക്ക് ചൂണ്ടു പലകകൾ നല്കുന്നവയാണ്. ഒരു നല്ല കവി ബോധപൂർവ്വം 'സാമൂഹികപ്രശ്നങ്ങൾ' കവിതയിൽ ചിത്രീകരിക്കുന്നില്ല. അയാൾ തന്റെ രചനകളിൽ മനുഷ്യ യാഥാർത്ഥ്യത്തെ അതിന്റെ സൂക്ഷ്മരൂപത്തിൽ അറിയുവാൻ ശ്രമിക്കുകയാണ് ചെയ്യുന്നത്. രചനകളിലൂടെ അയാൾ ഈ ജീവിതത്തിന്റെ അർത്ഥമെന്തെന്ന് തിരയുന്നു. മനുഷ്യജീവിതത്തിന്റെ ആത്യന്തികമായ സത്യമെന്തെന്ന് ആരായുന്ന കവിത മനുഷ്യാവസ്ഥയെ സംബന്ധിക്കുന്ന സ്വകാര്യ വെളിപാടുകൾ അവതരിപ്പിക്കുകയും ചെയ്യുന്നു. കവികളുടെ സ്വകാര്യ വ്യക്തിത്വത്തിന്റെ വിരലടയാളം പതിഞ്ഞ ആ വെളിപാടുകളാണ് കവിതയ്ക്ക് അർത്ഥവും കാന്തിയും മൂല്യവും നല്കുന്നത്. അന്തിമ വിശകലനത്തിൽ കവിത മനുഷ്യാവസ്ഥയെക്കുറിച്ചുള്ള സത്യദർശനമാണ്.

കവിത മാത്രമല്ല തത്ത്വചിന്തയും രാഷ്ട്രീയചിന്തയും ആധുനിക ശാസ്ത്രവും അവയുടേതായ വഴികളിലൂടെ സത്യത്തിലേക്ക് നീങ്ങുന്നുണ്ട്. അവയെല്ലാം കർക്കശമായ യുക്തിയുടെയും കാര്യകാരണ ബന്ധത്തിന്റെയും മാർഗ്ഗങ്ങളിലൂടെ കൃത്യമായ ഉത്തരങ്ങളിലും നിഗമനങ്ങളിലുമെത്തുന്നു. ജീവിതത്തെ സംബന്ധിക്കുന്ന തത്ത്വജ്ഞാനത്തിന്റെയും ശാസ്ത്രത്തിന്റെയും നിഗമനങ്ങളും വിശദീകരണങ്ങളും ഒരിക്കലും പൂർണ്ണമല്ല, പൂർണ്ണതയിലേക്ക് നീങ്ങുന്നവ മാത്രമാണ്. സത്യം തേടിപ്പോകുന്ന കവിതയാകട്ടെ യുക്തിയുടെയും കാര്യകാരണ ബന്ധത്തിന്റെയും ലോകത്തെ ഒഴിവാക്കി അന്തർജ്ഞാനം (intuition) തുറന്നിടുന്ന വഴികളിലൂടെ സർഗ്ഗാത്മകമായ സ്വാതന്ത്ര്യത്തോടെ നീങ്ങുകയാണ്. വികാരങ്ങളിലൂടെയും അനുഭൂതികളിലൂടെയുമാണ് കവിത സൂക്ഷ്മമായ അറിവ് പ്രകാശിപ്പിക്കുന്നത്. അനുഭവങ്ങളുടെ തീവ്രത നല്കുന്ന സഹജാവബോധമാണ് യാഥാർത്ഥ്യത്തെക്കുറിച്ചും ജീവിതത്തിലെ വിപരീതങ്ങളുടെ സംഘർഷത്തെക്കുറിച്ചുമുള്ള ബോധം കവികൾക്ക് പകർന്നു കൊടുക്കുന്നത്. സഹജാവബോധംകൊണ്ട് സത്യമറിയുന്ന കലാകാരൻ തത്ത്വചിന്തയുടെയും ശാസ്ത്രത്തിന്റെയും അറിവുകളുടെ സീമ ലംഘിച്ച് അതിനുമപ്പുറത്തേക്ക് പോകുന്നു. ശാസ്ത്രസത്യത്തെ മറികടക്കുന്ന കവിത, പക്ഷേ, ദുർജ്ഞേയമായ ജീവിത യാഥാർത്ഥ്യങ്ങളുടെ കുരുക്കുകൾ യുക്തിഭദ്രമായി അഴിച്ചെടുക്കുന്നില്ല. ജീവിതമെന്ത് എന്ന കുഴയ്ക്കുന്ന ചോദ്യത്തിന് കൃത്യമായി മറുപടി പറയുന്നുമില്ല. കവിത മനുഷ്യസ്ഥിതിയെ സംബന്ധിക്കുന്ന രഹസ്യങ്ങളിലേക്ക് വെളിച്ചം പ്രസരിപ്പിക്കുന്നു. അതു ജീവിതത്തെക്കുറിച്ച് സവിശേഷമായ ഉൾക്കാഴ്ച നല്കുന്നു. ജീവിത യാഥാർത്ഥ്യങ്ങളിലേക്ക് ഒരു വെളിപാടായി അതുണരുന്നു.

കർക്കശമായ യുക്തിയുടെ ലോകത്തെ നിരാകരിക്കുന്ന കവിത പണിക്കുറ തീർന്ന ആശയങ്ങൾ അവതരിപ്പിക്കുന്നുവെന്ന് പറയാനാവില്ല. ആശയങ്ങൾകൊണ്ട് ആർക്കും കവിതയുണ്ടാക്കുവാൻ കഴിയില്ല. വാക്കുകൾകൊണ്ട് മാത്രമേ കഴിയൂ എന്ന് ഫ്രഞ്ച് കവിയായ മല്ലാർമേ പറഞ്ഞതു വലിയ സത്യമാണ്. എന്നാൽ കവിതയിൽ അർത്ഥവും ആശയവും ഉണ്ടായിരിക്കുകയും ചെയ്യും. തത്ത്വചിന്തയിലും ശാസ്ത്രത്തിലും കാണുന്ന തരത്തിലുള്ളവയല്ല അത്. കവിതയിലെ അർത്ഥം പലപ്പോഴും പ്രത്യക്ഷത്തിൽ സത്യമാകണമെന്നില്ല. വലിയ സത്യത്തെ സംബന്ധിക്കുന്ന സൂചനകൾ മാത്രമാണത്. കവിതയിലെ ആശയങ്ങൾക്ക് 'ഗഹനത' ചിലപ്പോൾ ലഭിച്ചുവെന്ന് വരില്ല. സാഹിത്യകൃതികളിൽ കൃത്യവും നിശ്ചിതവുമായ അർത്ഥമില്ലെന്ന്, രചന എഴുത്തുകാരന്റെ ബോധപൂർവ്വമായ ലക്ഷ്യത്തെ മറികടന്ന് അർത്ഥത്തിന്റെ പുത്തൻ തീരങ്ങളിലേക്ക് പ്രയാണം നടത്തുകയാണെന്നതും ഇന്നത്തെ വായനക്കാർക്കു ബോദ്ധ്യമുണ്ട്. കവിതയിലെ അർത്ഥസൂചനകൾ ജീവിതത്തിന്റെ പരമാർത്ഥ പ്രകൃതി സൂക്ഷ്മമായറിയുവാൻ നമ്മെ പ്രേരിപ്പിക്കുന്നു. കലയുടെ

വൈദ്യുതകാന്തിക്ക് വിധേയമായി വാക്കുകൾ നീങ്ങുമ്പോൾ അവയുടെ കൃത്യവും നിശ്ചിതവുമായ അർത്ഥം മാഞ്ഞുപോകുകയും പുതിയതും വ്യത്യസ്തവുമായ അർത്ഥം അവയിൽ ജ്വലിക്കുകയും ചെയ്യും. മികച്ച കവിത അർത്ഥത്തിനപ്പുറത്തേക്ക് നീങ്ങുന്നു.

ജീവിതത്തിലെ അപരിചിതഭാവങ്ങളും വിഷമ സമസ്യകളും രഹസ്യ യാഥാർത്ഥ്യങ്ങളും അനുഭവങ്ങൾ നല്കുന്ന ജ്ഞാനംകൊണ്ടറിയുന്ന കവി മനുഷ്യജീവിതത്തെക്കുറിച്ച് സവിശേഷമായ ഒരു കാഴ്ചപ്പാട് അവതരിപ്പിക്കുന്നുണ്ട്. കവി ബോധപൂർവ്വം ചെയ്യുന്ന ഒന്നല്ല അത്. ഈ കാഴ്ചപ്പാട് പ്രത്യക്ഷത്തിൽ പ്രകടമാകുന്ന ഒന്നുമല്ല. കവി ജീവിതത്തെക്കുറിച്ചുള്ള ദർശനം നേരിട്ട് അവതരിപ്പിക്കുകയല്ല ചെയ്യുന്നത്. മനുഷ്യജീവിതത്തെ സംബന്ധിക്കുന്ന കവിയുടെ കാഴ്ചപ്പാട് അത്യന്തം സൂക്ഷ്മമാണ്, ആഴമുള്ളതാണ്. കവിയുപയോഗിക്കുന്ന വാക്കുകളുടെയും ബിംബങ്ങളുടെയും താളത്തിന്റെയും സർഗ്ഗപരമായ ഉരസലിൽ തെളിയുന്ന മിന്നൽപ്പിണറിലാണ് കവിയുടെ കാഴ്ചപ്പാട് വായനക്കാരന് തെളിഞ്ഞുകിട്ടുന്നത്. ആശയപരമായ അറിവല്ലത്. ദാർശനികമായ അവബോധമാണ്. ദാർശനികമായ അറിവിന്റെ ഈ മിന്നൽപ്പിണറാണ് കവിയുടെ ജീവിതദർശനമായി അംഗീകരിക്കപ്പെടാറുള്ളത്. ഈ ജീവിത ദർശനത്തിന് തത്ത്വചിന്തകന്റെ തത്ത്വജ്ഞാനവുമായി വലിയ ബന്ധമില്ല. ശാസ്ത്രജ്ഞന്റെ സത്യപ്രസ്താവനയുമായും ബന്ധമില്ല. അതു തത്ത്വചിന്താപരമായ അറിവിന്റെ മിന്നൽപ്രകാശമാണ്. വായനയുടെ വേളയിൽ ആസ്വാദകന്റെ ഉള്ളിലേക്കു കടക്കുന്ന സൂക്ഷ്മജ്ഞാനത്തിന്റെ പ്രകാശമാണ്, ലോകജീവിതത്തെക്കുറിച്ച് സവിശേഷമായ അവബോധം അയാളിൽ സൃഷ്ടിക്കുന്നത്. കവിതയ്ക്ക് ജീവിതത്തിലെ പ്രശ്നങ്ങൾക്ക് പരിഹാരം കണ്ടെത്തുവാൻ കഴിയില്ല. പക്ഷേ, വായനക്കാരന്റെ ബോധത്തിലേക്കു വിശുദ്ധമായ അറിവിന്റെ മിന്നൽ പ്രസരിപ്പിക്കുവാൻ കവിതയ്ക്കു കഴിയും. ഏതു പ്രമേയം കൈകാര്യം ചെയ്യുമ്പോഴും ഇത്തരത്തിലുള്ള പ്രകാശം കവിത ചൊരിയുന്നുണ്ട്. ആദിമ കാലത്തെ പുരാവൃത്തങ്ങൾ പുനരാവിഷ്കരിക്കുമ്പോഴും വർത്തമാനകാലത്തെ തീക്ഷ്ണയാഥാർത്ഥ്യങ്ങൾ ചിത്രീകരിക്കുമ്പോഴുമെല്ലാം കവികൾ മനുഷ്യജീവിതത്തിന്റെ അടിസ്ഥാനപരമായ സ്വഭാവത്തെക്കുറിച്ച് ഉൾക്കാഴ്ചയോടെ പ്രതിപാദിക്കുന്നു.

ജീവിതത്തെ സംബന്ധിക്കുന്ന സത്യമറിയുന്ന കവി അറിവിന്റെ ഋഷിയാകണമെന്നില്ല. തത്ത്വചിന്തയിലെ ഗഹനരഹസ്യങ്ങളും ശാസ്ത്രം കണ്ടെത്തുന്ന വലിയ പരമാർത്ഥങ്ങളും, പ്രത്യയശാസ്ത്ര സംബന്ധിയായ യാഥാർത്ഥ്യങ്ങളും ഒരു കവിമനസ്സിന് ചിലപ്പോൾ താങ്ങാനാവില്ല. തത്ത്വശാസ്ത്രത്തെയും ശാസ്ത്രജ്ഞാനത്തെയും പ്രത്യയശാസ്ത്രത്തെയും തികഞ്ഞ പരിഹാസത്തോടെ കവി വീക്ഷിച്ചുവെന്നും വരാം. പക്ഷേ, കവികൾ എപ്പോഴും പ്രപഞ്ചത്തെയും ജീവിതത്തെയും സംബന്ധിക്കുന്ന മഹാരഹസ്യങ്ങൾ ഭാവനയിലൂടെ അറിയുവാൻ ശ്രമിക്കുന്നു.

ഈ പ്രപഞ്ചവും താനുമായുള്ള ബന്ധത്തിന്റെ സങ്കീർണ്ണത രചനകളിലൂടെ വിശദീകരിക്കുവാൻ ശ്രമിക്കുന്നു. കേവലയുക്തികൊണ്ട് വിശദീകരിക്കുവാനാകാതെ രഹസ്യങ്ങൾ ഭാവന എന്ന ഉന്നതമായ യുക്തിവിചാരം കൊണ്ട് അപഗ്രഥിക്കുവാൻ ശ്രമിക്കുന്നു. പ്രപഞ്ച രഹസ്യമറിയുവാനും പ്രകൃതി കീഴടക്കുവാനും മനുഷ്യൻ നടത്തിയ ശ്രമമാണ് മന്ത്രവാദത്തിൽ കാണുന്നതെന്ന് നരവംശശാസ്ത്രം വെളിപ്പെടുത്തുന്നുണ്ട്. കവിയും അതുതന്നെയാണ് ചെയ്യുന്നത്. *ഋഗ്വേദ*ത്തിൽ കവി ഈശ്വരന്റെ പര്യായമാണ്. സത്യത്തെ പ്രകാശിപ്പിക്കുന്ന സവിതാവാണ് കവി. ഋഗ് മന്ത്രത്തിൽ കവി അഗ്നിയുടെ സ്രഷ്ടാവായും പ്രത്യക്ഷപ്പെടുന്നുണ്ട്. കവിത എപ്പോഴും മനുഷ്യന് വെളിച്ചം പകർന്നുകൊടുക്കുന്നു എന്നാണ് ഇത് കാണിക്കുന്നത്. വാക്കുകളിൽ ചൂഴ്ന്നു കിടക്കുന്ന മാന്ത്രികശക്തിയുപയോഗിച്ച് കവി തന്നെക്കുറിച്ചും താനും ഈ ലോകവുമായുള്ള ബന്ധത്തെക്കുറിച്ചുമൊക്കെ പറയുന്നു. ശാസ്ത്രസത്യം വിശദീകരിക്കുന്നതുപോലെ നേരിട്ടല്ല അത്. രൂപകങ്ങളും ചിഹ്നങ്ങളും നിറഞ്ഞതും താളലയം കലർന്നതുമായ വിചിത്രമായ ഭാഷയിലൂടെയാണ് യാഥാർത്ഥ്യത്തിന്റെ ആഴം കവികൾ പ്രകാശിപ്പിക്കുന്നത്. സംവേദനശക്തിയുള്ളവർക്കുമാത്രം ഉൾക്കൊള്ളുവാൻ പാകത്തിലാണ് ആവിഷ്കരിക്കപ്പെടുന്നത്. കവിതയിലൂടെ പുറത്തുവരുന്ന സത്യത്തിന് തത്ത്വചിന്തയുടെ സൂക്ഷ്മമായ അറിവിനും പ്രത്യയശാസ്ത്രത്തിന്റെ വിശകലനത്തിനും ശാസ്ത്രസത്യത്തിനും അപ്പുറത്തേക്ക് പോകുവാൻ കഴിയുന്നു.

കവിത നല്കുന്ന കണ്ണടകൾ

കവിത അനുവാചകന്റെ ലോകവ്യവഹാരം വർദ്ധിപ്പിക്കുമെന്നും അതു മനുഷ്യജീവിതത്തെ പ്രകാശവത്താക്കുമെന്നും പ്രാചീന ഭാരതീയ കാവ്യചിന്ത ഉചിതമായി കണ്ടെത്തിയിട്ടുണ്ട്. പക്ഷേ, കവിതയുടെ പ്രയോജനത്തെപ്പറ്റിയുള്ള ഗൗരവമേറിയ ചിന്തയ്ക്കിടയിൽ യശധനം എന്നിവയെ ക്കൂടി കവിതയുടെ പ്രയോജനമായി കാണുന്നുണ്ട് ഭാരത് ചിന്ത. കവിതയിലൂടെ കവിക്ക് പ്രശസ്തിയും ധനവും ലഭിക്കുന്നുവെന്ന വാദം ഭൗതികമായി ശരിയായിരിക്കാം. കാവ്യചിന്തയെ സംബന്ധിച്ചിടത്തോളം അത് അങ്ങേയറ്റം ഉപരിപ്ലവമായ ഒരു നിരീക്ഷണമാണ്. കാവ്യം അനുവാചകന്റെ ഹൃദയത്തിനും മനസ്സിനും പകർന്നുകൊടുക്കുന്ന വിശിഷ്ടമായ അനുഭവത്തെപ്പറ്റിയുള്ള വിചാരങ്ങളാണ് ഏറ്റവും പ്രധാനപ്പെട്ടത്. കവിത അനുവാചകനെ സംബന്ധിച്ചിടത്തോളം ജ്വലിച്ചുകൊണ്ടിരിക്കുന്ന വാക്കാണ്. അത് വെളിച്ചമാണ്. അതുകൊണ്ടാണ് ശബ്ദം എന്ന വെളിച്ചം ലോകാരംഭം മുതൽ ജ്വലിച്ചു നിന്നില്ലായിരുന്നുവെങ്കിൽ മൂന്നുലോകവും ഇരുളടഞ്ഞു പോകുമായിരുന്നുവെന്ന് ദണ്ഡി അഭിപ്രായപ്പെട്ടത്. ഭാരതീയനെ സംബന്ധിച്ചിടത്തോളം ശബ്ദം ബ്രഹ്മമാണ്. വാക്ക് ദൈവമാണ്. നാരായണഗുരു *ദൈവദശക*ത്തിൽ, ഓർത്താൽ ഓതും മൊഴി ദൈവമാണ് എന്ന് വ്യക്തമായി പറയുകയും ചെയ്തു.

മികച്ച കാവ്യഭാഷണങ്ങളിലൂടെ കടന്നുപോകുമ്പോൾ നല്ല സംവേദനശക്തിയുള്ള വായനക്കാരന്റെ അനുഭവമണ്ഡലം നവീകരിക്കപ്പെടുന്നു. അതു വായനക്കാരന് പുതിയ കണ്ണടകൾ നല്കുകയും ചെയ്യുന്നു. ഈ ലോകത്തിന്റെ യാഥാർത്ഥ്യത്തെ കൂടുതൽ സൂക്ഷ്മമായി അറിയുവാൻ അതു സഹായിക്കുന്നു. ഇതാണ് കവിതയുടെ പ്രധാന പ്രയോജനം.

മനുഷ്യജീവിതം നമുക്ക് ഏറെ പരിചിതമാണെങ്കിലും ആലോചിക്കുന്തോറും അതു വളരെ അപരിചിതമാണെന്നും, അതു നമ്മെ സംബ

ന്ധിച്ചിടത്തോളം ഗാഢമായും അന്ധകാരത്തിൽ അമർന്നിരിക്കുകയാണെന്നും അറിയുവാൻ കഴിയൂ. ദുർജ്ഞേയതയുടെയും രഹസ്യസത്യങ്ങളുടെയും രേഖകൾ ജീവിതത്തിൽ മറഞ്ഞുകിടപ്പുണ്ട്. ഈ രഹസ്യയാഥാർത്ഥ്യങ്ങളെക്കുറിച്ചും പരിചിത സത്യങ്ങളുടെ പിന്നിലെ അപരിചിതഭാവങ്ങളെക്കുറിച്ചുമാണ് കവിത ആത്യന്തികമായി പ്രതിപാദിക്കുന്നത്. ജീവിതത്തിന്റെയും മരണത്തിന്റെയും രഹസ്യം തേടിപ്പോകുന്ന ഒരു നചികേതസ്സ് എല്ലാക്കവികളിലുമുണ്ട്. *കഠോപനിഷ*ത്തിൽ നചികേതസ്സ് ഉന്നയിച്ച ദാർശനിക സംശയങ്ങൾ എല്ലാക്കാലത്തെ കവികളും അവരുടെ രചനകളിലൂടെ ഉന്നയിക്കുന്നുണ്ട്. അവയ്ക്ക് പൂർണ്ണമായ ഉത്തരങ്ങളില്ല. പക്ഷേ, ആ അന്വേഷണത്തിന് വളരെ പ്രധാന്യമുണ്ട്. മികച്ച കവിതകളിലൂടെ കടന്നുപോകുമ്പോൾ മനുഷ്യജീവിതത്തിൽ മറഞ്ഞു കിടക്കുന്ന പല നിഗൂഢഭാവങ്ങളും, രഹസ്യസത്യങ്ങളും അനുവാചക മനസ്സിന് തെളിഞ്ഞുകിട്ടുന്നു. ഈ ലോകത്തെക്കുറിച്ചുള്ള നമ്മുടെ അറിവ് അപൂർണ്ണവും അപര്യാപ്തവുമാണെന്ന് കവിത എപ്പോഴും അറിയിക്കുന്നു. കവിതയിലൂടെ ലഭിക്കുന്ന ജ്ഞാനം പ്രായോഗികമായ ഒന്നല്ല. അതു വിശേഷജ്ഞാനമാണ്. ഈ ജീവിതം വെറും കിനാവാണെന്ന്, ഒരേസമയം നമ്മെ കൊതിപ്പിക്കുകയും വേദനിപ്പിക്കുകയും ചെയ്യുന്ന ഭാഷയിൽ കവിയറിയിക്കുമ്പോൾ ജീവിതത്തിന്റെ പ്രത്യക്ഷതയ്ക്കപ്പുറമുള്ള ഭാവങ്ങളെക്കുറിച്ചുള്ള വെളിപാടിൽ അനുവാചക മനസ്സ് എത്തിച്ചേരുന്നു. കവിയുടെ ആപല്ക്കരമായ വിഷാദ ദർശനവും സാമൂഹ്യവിരുദ്ധമെന്നു വിശേഷിപ്പിക്കാവുന്ന വിശുദ്ധമായ ഭ്രാന്തും വായനക്കാരെ സത്യത്തോട് അടുപ്പിക്കുകയാണ് ചെയ്യുന്നത്.

ശരിയാണ്, കവിത വായനക്കാരെ ആഹ്ലാദിപ്പിക്കുന്നുണ്ട്. ഉള്ളിലേക്ക് കടക്കാതെ മനസ്സിന്റെ ഉപരിതലങ്ങളിലൂടെ നീങ്ങിപ്പോകുന്ന പൊള്ളയായ ഒരനുഭവമല്ല. അത് കുറെക്കൂടി ആന്തരികമായ അനുഭവമാണ്. മനസ്സ് പുതിയൊരു വെളിച്ചത്തിൽ എത്തുമ്പോഴും, വൈകാരികമായ പിരിമുറുക്കം നീങ്ങി മനസ്സ് പ്രശാന്തമാകുമ്പോഴും വായനക്കാർ ലൗകിക ജീവിതത്തിലെ ആഹ്ലാദത്തിലല്ല എത്തിച്ചേരുന്നത്. അതിനപ്പുറമുള്ള വിശിഷ്ടമായ ഒരുതരം ആനന്ദമാണത്. അനുവാചകനെ സ്വയം തിരിച്ചറിയുവാൻ പ്രേരിപ്പിക്കുന്ന ശക്തിവിശേഷം കവിതയിലുണ്ട്. കയ്പുള്ള കഷായം പോലെ കവിത അനുവാചകന്റെ മനസ്സിനെ വിമലീകരിക്കുകയും വലിയ സത്യത്തിന്റെ നേരെ പിടിച്ചു നിർത്തുകയും ചെയ്യുന്നു. വേഗത്തിൽ നടക്കുന്ന രാസപ്രക്രിയപോലെ, വായനക്കാരന്റെ മനസ്സിൽ ഇപ്രകാരം സംഭവിക്കണമെന്നില്ല. കവിത വായിക്കുന്ന എല്ലാവർക്കും എപ്പോഴും ഇതുണ്ടാകണമെന്നുമില്ല. എക്കാലവും നിലനില്ക്കുന്ന ക്ലാസിക് കാവ്യങ്ങൾ നിരന്തരം വായിക്കുകയും അതിലെ അർത്ഥപരാഗവും സൂക്ഷ്മഭാവങ്ങളും ജീവിത രഹസ്യങ്ങളും ആവോളം നുകരുവാൻ തുനിയുകയും ചെയ്യുന്ന ഒരനുവാചകനിൽ വളരെ സാവധാനത്തിൽ ഇത്തരം സൂക്ഷ്മമായ പരിവർത്തനങ്ങൾ സംഭവിക്കുകതന്നെ ചെയ്യും. അതുകൊണ്ട് കല ജീവിതത്തെ നേരിട്ട് സ്വാധീനിക്കുന്നില്ല എന്ന ആധു

നികവിമർശനത്തിന്റെ നിലപാട് ഭാഗികമായി മാത്രമേ ശരിയാകുന്നുള്ളൂ. വായിച്ചു കഴിഞ്ഞയുടൻ സ്വാധീനമില്ലെങ്കിലും കല വായനക്കാരന് പുതിയൊരു സംസ്കാരം നല്കുന്നു. കൂടുതൽ സൂക്ഷ്മമായ ജീവിതബോധം സമ്മാനിക്കുന്നു. ജീവിതത്തെ സംബന്ധിക്കുന്ന ഒരു സത്യബോധത്തിന്റെ സ്വാതന്ത്ര്യത്തിനു മുമ്പിൽ അനുവാചകരെ പിടിച്ചു നിർത്തുന്നു. അങ്ങനെ വായനക്കാരെ സ്വതന്ത്രരാക്കുവാൻ കവിത ശ്രമിക്കുന്നുവെന്ന് പറയാം. അനുവാചകന് ഒരു വെളിപാട് പകർന്നു കൊടുക്കുകയും അങ്ങനെ അവന് സ്വാതന്ത്ര്യം നല്കുകയുമാണ് കവിത ചെയ്യുന്നത്. അതുകൊണ്ട് കവിത സ്വാതന്ത്ര്യമാണ്.

കവിത പ്രവചനോന്മുഖമാണ്. മനുഷ്യജീവിതത്തിന്റെ ആന്തരിക ചലനങ്ങളറിയുന്ന കവിയുടെ ഭാവനയിൽനിന്നും പിറക്കുന്ന പ്രവചനങ്ങൾ അനുവാചകന്റെ ബോധത്തിലാണ് വന്നുവീഴുന്നത്. നമ്മുടേത് ഒരു തരിശുഭൂമിയാണെന്ന്, പീഡനകാലമാണെന്ന്, വിദൂഷകരുടെ ജീവിതമാണെന്ന് പലപ്പോഴും ഓർമ്മിപ്പിക്കുന്നതു കവികളാണ്. അതവർ സവിശേഷമായ ഭാഷയിലൂടെ വിളംബരം ചെയ്യുന്നു. ആദർശബോധത്തിന്റെ മഴവില്ലുകൾ കാണിച്ച് അനുവാചകന്റെ ബുദ്ധിയെ മയക്കുകയോ മന്ദീഭവിപ്പിക്കുകയോ ചെയ്യാതെ അവനെ യാഥാർത്ഥ്യത്തിന്റെ മദ്ധ്യാഹ്നത്തിലേക്ക് നീക്കി നിർത്തുന്നവനാണ് നല്ല കവി. പ്രത്യക്ഷത്തിൽ ശാന്തവും സുന്ദരവുമായി തോന്നിക്കുന്ന ജീവിതത്തെ സംബന്ധിക്കുന്ന ആപല്ക്കരമായ അറിവുകൾ കവിത നല്കുന്നു. കപടവും അയഥാർത്ഥവുമായ ആദർശത്തിന്റെയും പൊള്ളയായ ശുഭാപ്തി വിശ്വാസത്തിന്റെയും മയക്കത്തിൽനിന്നും മനുഷ്യനെ കവികൾ ഉണർത്തുന്നു. അക്കിത്തം ഇരുപതാം *നൂറ്റാണ്ടിന്റെ ഇതിഹാസ*ത്തിൽ ചെയ്യുന്നതു അതാണ്. അയഥാർത്ഥമായ കിനാവുകളുടെ ലോകത്തിൽ മയങ്ങിക്കിടന്നവരുടെ ഉറക്കം കെടുത്തുകയാണ് ആ കാവ്യത്തിൽ കവി ചെയ്തത്. തന്റെ കാലത്തിന്റെ തകർച്ചയാണ് മാധുര്യവും സംഗീതവും ഒഴിവാക്കിയ പരുഷമായ ഭാഷയിലൂടെ കവി ധീരമായി നമ്മെ അറിയിച്ചത്. സ്ഫോടകമായ ബിംബങ്ങളിലൂടെ വർത്തമാനകാല ചരിത്രത്തെ സംബന്ധിക്കുന്ന വെളിപാടുകൾ കവി പ്രകാശിപ്പിച്ചു. *തരിശുഭൂമി*യിലൂടെ ടി എസ് എലിയട്ട് എന്തു സന്ദേശമാണോ നല്കിയത്, ആ സന്ദേശം തന്നെയാണ് അക്കിത്തവും നല്കിയത്. ഈ നൂറ്റാണ്ടിന്റെ ധാർമ്മികമായ തകർച്ചയെക്കുറിച്ചും, മനുഷ്യൻ നേരിടുന്ന മഹാവിനാശത്തെക്കുറിച്ചുള്ള പ്രവചനങ്ങൾ നിറഞ്ഞ കൃതിയാണ് *തരിശുഭൂമി*യെന്ന് ചൂണ്ടിക്കാണിക്കപ്പെട്ടിട്ടുണ്ട്. ജീവിതത്തിന്റെയും ഭൂമിയുടെയും ഊഷരത്വം വേഗത്തിൽ മനസ്സിലാക്കിയ കവി 'ദാഹത്തിന്റെയും ഭീതിയുടെയും ഭാഷയിൽ' ആധുനിക ജീവിതത്തിന്റെ ആത്മീയമായ വന്ധ്യതയും ശൂന്യതയും പ്രകാശിപ്പിക്കുകയാണ് *തരിശുഭൂമി*യിൽ ചെയ്തത്. വേരറ്റുപോയ ഒരു സംസ്കാരത്തിന്റെ ചിഹ്നങ്ങൾ അദ്ദേഹമവതരിപ്പിച്ചു. സാംസ്കാരിക പൈതൃകം മുഴുവൻ നശിപ്പിച്ച പാശ്ചാത്യലോകത്തിന്റെ ദുരന്തം ശിഥിലബിംബങ്ങളിലൂടെ എലിയട്ട് വ്യക്തമാ

ക്കി. ആധുനികലോകത്തെ സൂക്ഷ്മമായി കാണുവാൻ കവി നല്കിയ കണ്ണടയാണ് വാസ്തവത്തിൽ ആ കാവ്യം. വിനാശത്തെക്കുറിച്ചുള്ള ശക്തമായ മുന്നറിയിപ്പുകൾ നിറഞ്ഞ കവിതതന്നെയാണ് അക്കിത്തത്തിന്റേതും. നമ്മുടെ ജീവിതത്തിന് സംഭവിച്ച ശൈഥില്യവും പതനവുമാണ് ഞെട്ടിപ്പിക്കുന്ന ബിംബകല്പനകളിലൂടെ അക്കിത്തവും വരച്ചുകാട്ടിയത്. ആദർശ സ്വപ്ന ങ്ങൾകാട്ടി മോഹിപ്പിച്ച് ചില കവികൾ നമ്മെ പാടിയുറക്കിയ ചരിത്രസ ന്ദർഭത്തിലാണ് അക്കിത്തം ഈ ലോകത്തിന്റെ വൈരൂപ്യവും ദയനീയ തയും ബീഭത്സതയും കാണുവാൻ നമുക്കൊരു പുതിയ കണ്ണട തന്നത്.

വർത്തമാനകാലത്തിനു രസിക്കാത്ത ചോദ്യങ്ങൾ കവിത ഉന്നയി ക്കുന്നു. രാജനീതികളെയും സദാചാരമൂല്യങ്ങളെയും നീതിബോധ ത്തെയും ധാർമ്മികമായ സംശയങ്ങൾകൊണ്ട് ആക്രമിക്കുന്നു. ഒരച്ചട ക്കവും പാലിക്കാതെ അതു സർഗ്ഗപരമായ അക്രമം കാട്ടുന്നു. പെട്ടെന്ന് ആർക്കും ചൂണ്ടിക്കാട്ടാവുന്ന ലക്ഷ്യങ്ങളൊന്നും കവിതയിലുണ്ടാകണ മെന്നില്ല. ആധുനികഘട്ടത്തിലെ കവിതകളിൽ ഈ സ്വഭാവം കൂടുതലാ യുണ്ട്. അവ പ്രത്യക്ഷത്തിൽ ലക്ഷ്യരഹിതമാണ്. എന്നാൽ, അവ കവി തയിലെ നീതിക്രമങ്ങളൊന്നും പാലിക്കാതെതന്നെ യാഥാർത്ഥ്യങ്ങളി ലേക്ക് നീങ്ങുന്നതു കാണാം. കവി എപ്പോഴും ഉണർന്നിരിക്കുന്ന നക്ഷത്ര ക്കണ്ണാണ്. അതുകൊണ്ട് ഏതു ഇരുട്ടിനേയും ഭേദിക്കുന്ന നക്ഷത്രവെ ളിച്ചം കവിതയ്ക്കുണ്ട്. ഇരുളിനെ ഭേദിച്ചുകൊണ്ടുയരുന്ന ഈ സൂര്യൻ നമുക്കു സത്യം കാട്ടിത്തരുന്നു. മനസ്സിന്റെ ഇരുൾക്കയങ്ങളും യുക്തി യുടെ പിന്നിലെ അയുക്തികതയും ജീവിതത്തിന്റെ അർത്ഥവും അർത്ഥ ശൂന്യതയും - ഇവയെല്ലാം കവിതയുടെ വിസ്തൃതമായ ആകാശത്തിൽ തെളിയുന്നു. മറ്റൊരാധിപത്യത്തിനും വഴങ്ങാത്ത, കിരാതാത്മകമെന്നു വിശേഷിപ്പിക്കാവുന്ന സ്വാതന്ത്ര്യശക്തിയോടെ കവി പരമാർത്ഥത്തി ലേക്ക് കുതിച്ചു പോകുന്നു. അതുകൊണ്ടാണ് കവിത വാസ്തവികത യേക്കാൾ വലിയ യാഥാർത്ഥ്യമാണെന്ന് പറയുന്നത്.

ആധുനിക കാലത്തു കവിതയുടെ പ്രാധാന്യം കുറയുകയാണെന്ന് ഒരഭിപ്രായമുണ്ട്. ശാസ്ത്രം വലിയ ഏകാധിപതിയായി മാറുന്നുവെന്നും, മതത്തിന്റെയും കവിതയുടെയും ആത്മീയമായ പരമാധികാരം രക്തച്ചൊ രിച്ചിലില്ലാത്ത ഒരു യുദ്ധത്തിലൂടെ ശാസ്ത്രത്തിന് കീഴടങ്ങുന്നുവെന്നും ഒരഭിപ്രായമുണ്ട്. [1]ഇതു ശരിയാണെന്നു തോന്നുന്നില്ല. ആധുനിക ശാസ്ത്രവും ഭരണകൂടങ്ങളും സൃഷ്ടിച്ച കുഴപ്പങ്ങളും മൂല്യപ്രതിസന്ധി കളും ആത്മീയ യാതനകളും അഭിമുഖീകരിക്കുന്ന ഇന്നത്തെ മനുഷ്യൻ ആത്മീയമായ അന്ധതയ്ക്ക് വിധേയനാകുന്നുവെന്നതു ശരിയാണ്. മനുഷ്യന്റെ ബോധമണ്ഡലത്തെ മായികമാക്കുവാനും തിന്മകൾകൊണ്ടും നീതികേടുകൾകൊണ്ടും നിറയ്ക്കുവാനും ബോധപൂർവ്വം ശ്രമിക്കുന്ന ഭരണകൂടങ്ങളെ വർത്തമാനകാല ചരിത്രത്തിൽ തെളിഞ്ഞു കാണാം. മതപുരോഹിതരും ഭരണവർഗ്ഗവും എപ്പോഴും മനുഷ്യന്റെ സ്വാതന്ത്ര്യവും

1. Philip Wheel Wright: *Poetry, Myth, Reality*

ചിന്താശക്തിയും അവനിൽനിന്നും എടുത്തു മാറ്റുവാനും, മനുഷ്യനെ മന്ദബുദ്ധിയാക്കുവാനുമാണ് ശ്രമിക്കുന്നത്. ആലോചിച്ചു നോക്കിയാൽ ആധുനിക കാലത്തെ എല്ലാ ഭരണകൂടങ്ങളും പുരോഹിത വിഭാഗവും ഇതാണ് ചെയ്യുന്നതെന്നു കാണുവാൻ പ്രയാസമില്ല. ഭരണകൂടങ്ങൾ അധികാരം നിലനിർത്തുവാൻവേണ്ടി ഭ്രാന്താലയങ്ങളും ആശുപത്രികളും കോളേജുകളും കെട്ടി തങ്ങൾക്ക് അനുകൂലമായ അന്തരീക്ഷം നില നിർത്തുവാൻ ശ്രമിക്കുകയാണെന്ന് ആധുനികചിന്ത നിരീക്ഷിച്ചിട്ടുണ്ട്. അധികാരം കൈയടക്കുന്നവർ അതുറപ്പിക്കുവാനായി സിദ്ധാന്തങ്ങളുടെ കോട്ടകൊത്തളങ്ങളുറപ്പിക്കുമെന്ന് രാഷ്ട്രീയ സംസ്കാരത്തെക്കുറിച്ച് ചിന്തിച്ച ആനന്ദ് വ്യക്തമാക്കുന്നത് വളരെ ശരിയാണ്[2]. ഭരണകൂടം എപ്പോഴും അതീവ കൗശലത്തോടെ സത്യത്തെ നമ്മിൽനിന്നും മറച്ചു പിടിക്കുകയും അർദ്ധസത്യങ്ങൾകൊണ്ടും തികഞ്ഞ അസംബന്ധ ങ്ങൾകൊണ്ടും നമ്മുടെ ബുദ്ധിയെ മരവിപ്പിക്കുകയും ചെയ്യുന്നുവെന്ന് സമകാലചരിത്രം ശ്രദ്ധിച്ചു നിരീക്ഷിച്ചാൽ ആർക്കും മനസ്സിലാകും. മാത്ര മല്ല ഭരണകൂടം പലപ്പോഴും മനുഷ്യന്റെ രക്തമൂറ്റിക്കുടിക്കുന്ന ഒരു രക്ഷ സ്സാണെന്ന് ചിന്തിക്കുന്നവർക്ക് അനുഭവപ്പെടുകയും ചെയ്യും. ആധുനിക മനുഷ്യന്റെ ഈ ദുരവസ്ഥക്കെതിരെ കല കലാപമുയർത്തുന്നു. കവിത അനുവാചകന്റെ ബോധമണ്ഡലത്തിൽ സ്ഫോടക കാന്തിയോടെ പൊട്ടി ത്തെറിച്ച് അവന്റെ ബോധത്തെ മയക്കത്തിൽനിന്നും വെളിച്ചത്തിലേക്ക് ഉണർത്തി അവനെ സ്വതന്ത്രനാക്കുവാൻ ശ്രമിക്കുന്നു. കഠിനമായ ചരിത്ര സത്യങ്ങൾക്ക് അഭിമുഖമായി അനുവാചകനെ കവികൾ പിടിച്ചുനിർ ത്തുന്നു. വർത്തമാനകാലത്തിന്റെ ഭയാനകമായ വശങ്ങൾ കവികൾ കാണിച്ചുതരുന്നു. ഈ നൂറ്റാണ്ടിലെ മികച്ച കവികളുടെ രചനകളിൽ ഈ സ്വഭാവങ്ങൾ വന്നു നിറയുന്നുണ്ട്. യേറ്റ്സിന്റെ 'രണ്ടാം വരവ്' (Second Coming) എന്ന കവിത അതിനുദാഹരണമാണ്. ഈ കവിതയെഴു തുമ്പോൾ യേറ്റ്സിന്റെ മനസ്സിൽ ഒന്നാം ലോകമഹായുദ്ധവും അയർല ണ്ടിലെ ആഭ്യന്തരയുദ്ധവുമാണുണ്ടായിരുന്നതെന്ന് നിരീക്ഷിക്കപ്പെട്ടിട്ടുണ്ട്. ലോകത്തിന്റെ അവസ്ഥയെക്കുറിച്ചുള്ള പേടിപ്പെടുത്തുന്ന ചിത്രം ഈ കവിതയിലുണ്ട്. ഭീതിയുടെയും നാശത്തിന്റെയും അക്രമത്തിന്റെയും ചിഹ്നമായ ഭീകരജീവിയിലൂടെ സ്വന്തം കാലം നേരിടുന്ന വിപത്തുകളെ ക്കുറിച്ച് കവി മുന്നറിയിപ്പ് നല്കുകയാണ്. ഇരുപതു നൂറ്റാണ്ടുകളുടെ സംസ്കാരത്തെ തകർക്കുവാൻ വേണ്ടിവരുന്ന ഭീകരസത്വത്തെക്കുറിച്ചുള്ള കവിയുടെ ഉൽക്കണ്ഠയും ഭീതിയും സ്വന്തം കാലത്തെ സംബന്ധിക്കുന്ന യാഥാർത്ഥ്യമറിഞ്ഞവന്റേതു തന്നെയാണ്. ലാറ്റിനമേരിക്കൻ കവികൾ, പാബ്ലോനെരൂദയുടെ കല്പനയുപയോഗിച്ചു പറഞ്ഞാൽ, കവിതകളിലൂടെ വെളിച്ചത്തിന്റെ പതാകകളുയർത്തുകയാണ്. പനാമനിയൻ കാറ്റിനെക്കൊണ്ട് 'എന്റെ രാജ്യത്തിന്റെ പതാകകൾ എവിടെ?' എന്ന് ചോദിപ്പിക്കുമ്പോൾ മനുഷ്യ സ്വാതന്ത്ര്യത്തെ കവിതകളുടെ ജൈവധാരയിൽ ലയിപ്പിക്കുക

2. ആനന്ദ്: *ജൈവമനുഷ്യൻ*

യാണ് കവികൾ. മലയാളത്തിലെ ആധുനിക ഘട്ടത്തിലെ കവിതകളിലും ദുഷിച്ച അധികാരം സൃഷ്ടിച്ച മൂല്യത്തകർച്ചയും സ്വാതന്ത്ര്യത്തിന്റെ പ്രശ്നങ്ങളുമുണ്ട്. നാം ജീവിക്കുന്ന കാലത്തിന്റെ ആന്തരികതയെക്കുറിച്ചും, നമ്മുടെ അബോധചലനങ്ങളെക്കുറിച്ചും ഇന്നത്തെ അധികാരഘടനയുടെ യഥാർത്ഥ സ്വഭാവത്തെക്കുറിച്ചുമൊക്കെ നമ്മെ സൂക്ഷ്മമായി അറിയിക്കുന്നതു കവിതയാണ്. അങ്ങനെ കവിത ജ്ഞാനപ്രകാശമായി മാറുന്നു.

അതുകൊണ്ട് ആധുനിക കാലത്തു കവിതയുടെ പ്രാധാന്യം കുറയുകയല്ല, കൂടുകയാണ് ചെയ്യുന്നത്. വിശുദ്ധമൂല്യങ്ങളും വിശ്വാസ ഗോപുരങ്ങളും തകർന്നുവീഴുകയും മഹാശൂന്യത എവിടെയും നിറഞ്ഞു നില്ക്കുകയും ചെയ്യുന്ന വർത്തമാനകാലത്തിൽ കവികൾ വ്യാധിപിടിച്ച ചോദ്യങ്ങളാണ് രചനകളിലൂടെ ഉന്നയിക്കുന്നത്. ശാസ്ത്രത്തിന്റെയും അധികാരത്തിന്റെയും ഭീഷണമായ മുഖങ്ങൾ മനുഷ്യന്റെ ഭാവിയെക്കുറിച്ച് ഇരുണ്ട പ്രതീക്ഷകൾ മാത്രം സൃഷ്ടിക്കുമ്പോൾ കവിതയിൽ കൂടുതൽ വ്യഥകളും ഉൽക്കണ്ഠകളും വന്നുനിറയുന്നു. ഭീതിയും ഭ്രാന്തും കവികളെ നിരന്തരം പീഡിപ്പിച്ചു തുടങ്ങുന്നു. മനുഷ്യന്റെ ആത്മീയമായ ദുരന്തത്തെക്കുറിച്ച് കവിത വീണ്ടും വീണ്ടും അന്വേഷിക്കുന്നു. തികച്ചും അശ്ലീലമായി മാറിക്കഴിഞ്ഞ ജീവിതത്തിന്റെ യഥാർത്ഥ അവസ്ഥ വ്യത്യസ്ത രീതിയിൽ സത്യസന്ധമായി അവർ തിരയുന്നു. ഇതാണ് ആധുനിക കവിതയിൽ നാം കാണുന്നത്. കവികൾ പേടിപ്പെടുത്തുന്ന ഫലിതത്തിലൂടെയും നിത്യജീവിതത്തിൽനിന്നുള്ള ചിഹ്നങ്ങളുടെ സമർത്ഥമായ ഉപയോഗത്തിലൂടെയും ജീവിതത്തിന്റെ അവസ്ഥ ആരായുകയാണ്. പ്രത്യയശാസ്ത്രം നല്കുന്ന യുക്തിപരമായ അറിവിനെ മറികടക്കുന്ന അറിവ് കവികളുടെ സ്വകാര്യമായ ഭീതിയും ഭ്രാന്തും മാത്രം ചിത്രീകരിക്കുന്ന കവിതകളിലൂടെ അനുവാചകൻ നേടിയെടുക്കുന്നു. ഈ പുതിയ കണ്ണട സ്വയം നവീകരിക്കുവാൻ വായനക്കാരെ പ്രേരിപ്പിക്കുന്നു.

മനുഷ്യപ്രകൃതിയെക്കുറിച്ചും ജീവിതാവസ്ഥയെക്കുറിച്ചുമെല്ലാം നിശിതവും സൂക്ഷ്മവുമായ ബോധം പകർന്നുകൊടുക്കുന്ന കവിത. പക്ഷേ, വായനക്കാരെ സത്വര നടപടികളിലേക്ക് ഉടൻ നയിക്കുന്നില്ല. അതുകൊണ്ട് കവിതയെ ഒരു സമരായുധമായി കാണേണ്ടതുമില്ല. ഈ ലോകത്തെ കാണുവാൻ പുതിയ കണ്ണടകൾ അതു നല്കുന്നു. മനുഷ്യജീവിതത്തിന്റെ നിരർത്ഥകത എടുത്തുകാട്ടുന്ന തത്ത്വചിന്താപരമായ കവിത വായിച്ചു കഴിഞ്ഞയുടൻ ആരും ഭൗതികജീവിതം വെടിഞ്ഞ് തപസ്സിനായി കാട്ടിലേക്ക് പോകുന്നില്ല. ഈ ലോകത്തിന്റെ നീതികേടുകൾക്കും അന്യായങ്ങൾക്കും അധാർമ്മികതകൾക്കും നേരെ പ്രതിഷേധിക്കുന്ന കവിതയാസ്വദിച്ചശേഷം വായനക്കാർ നീതികേടുകൾക്കും അധർമ്മങ്ങൾക്കും എതിരേ സായുധകലാപത്തിന് തുനിഞ്ഞെന്നും വരില്ല. വളരെ പ്രകടവും പ്രത്യക്ഷവുമായ ഫലങ്ങൾ കവിത സൃഷ്ടിക്കുന്നില്ല എന്നതു സത്യമാണ്. എന്നാൽ, യാഥാർത്ഥ്യത്തെ കാണുവാൻ അവ പുതിയ കണ്ണടകൾ നല്കുന്നു എന്ന കാര്യം ആർക്കും നിഷേധിക്കുവാനാകില്ല.

കവിതയും യാഥാർത്ഥ്യവും

കവിത അടിസ്ഥാനപരമായി വെളിപാടാണ്. അതു കവിയുടെ ഭ്രാന്തമായ ദിവാസ്വപ്നമാണ്. കവിത ഒരിക്കലും ബാഹ്യമായ പരുക്കൻ ജീവിത യാഥാർത്ഥ്യങ്ങളുമായി പൊരുത്തപ്പെട്ടു പോകുന്നില്ല. അതു യാഥാർത്ഥ്യമല്ല. യാഥാർത്ഥ്യത്തെക്കുറിച്ചുള്ള സ്വപ്നദർശനമാണ്. നാം നേരിട്ടുകാണുന്ന വാസ്തവികലോകത്തിന്റെ പിന്നിലെ സൂക്ഷ്മവും അഗാധവുമായ ആന്തരിക യാഥാർത്ഥ്യങ്ങളാണ് ഒരു കലാകാരൻ തന്റെ സൃഷ്ടിയിലൂടെ വെളിപ്പെടുത്തുന്നത്. വാസ്തവികലോകത്തുനിന്നും യക്ഷിക്കാട്ടിലേക്കുള്ള പറന്നുപോകലാണ് തന്റെ കാവ്യജീവിതമെന്ന് ഡബ്ല്യു ബി യേറ്റ്സ് ഒരിക്കൽ പറയുകയുണ്ടായി. വലിയൊരു സത്യ പ്രസ്താവനയാണത്. ഒരു മികച്ച കവി സത്യത്തെ തന്റെ ഭാവനയ്ക്കിണങ്ങുംവിധം ഉടച്ചുവാർക്കുകയും പുനർസൃഷ്ടിക്കുകയും ചെയ്യുന്നു. അങ്ങനെയാണ് വാസ്തവികത ഭ്രാന്തമായ ദിവാസ്വപ്നത്തിന്റെയും അരുളപ്പാടിന്റെയും വിഡംബനത്തിന്റെയും അയഥാർത്ഥ തലങ്ങളിലെത്തിച്ചേർന്നത്. എന്നാൽ, കവികളുടെ വിഭ്രമിപ്പിക്കുന്ന പകൽക്കിനാവുകൾ യാഥാർത്ഥ്യം കണ്ടെത്തുന്നു. സത്യം വിളംബരം ചെയ്യുന്നു. മനുഷ്യാവസ്ഥയെ സംബന്ധിക്കുന്ന സമസ്യകളിലേക്ക് ഉൾക്കാഴ്ച നല്കുന്നു.

മനുഷ്യനെ ശുദ്ധമായ വെളിച്ചത്തിലേക്ക് സ്വതന്ത്രനാക്കുക എന്നതാണ്, മറ്റെല്ലാ കലകളുടേതുപോലെ കവിതയുടേയും ധർമ്മം. കലയും മതവും, യാഥാർത്ഥ്യം സ്വത്വം എന്നിവയെക്കുറിച്ചുള്ള അന്തർദർശനമാണ് കാഴ്ചവയ്ക്കുന്നതെന്ന് ആനന്ദകുമാരസ്വാമി 'ശിവനൃത്ത' (The Dance of Shiva) ത്തിൽ ചൂണ്ടിക്കാണിക്കുന്നുണ്ട്. മനുഷ്യന്റെ അവസ്ഥയെന്ന അത്യന്തം സങ്കീർണ്ണമായ യാഥാർത്ഥ്യത്തിന്റെ രഹസ്യമെന്ത് എന്ന,

എന്നും മനുഷ്യനെ പിന്തുടർന്നു വേട്ടയാടുന്ന ദാർശനികമായ ചോദ്യത്തിന്റെ ഉത്തരം തേടുകയാണ് കവികൾ. പുരാവൃത്തങ്ങളിലൂടെ ക്ലാസിക് കവിതകളും, ഭാവനയുടെ പ്രകാശനത്തിലൂടെ റൊമാന്റിക് കവികളും, ദുഃസ്വപ്ന ചിത്രങ്ങളിലൂടെ ആധുനിക കവികളും ഈ ചോദ്യത്തിന്റെ ഉത്തരം അന്വേഷിച്ചവരാണ്. എല്ലാവർക്കും ഒന്നുപോലെ, യോജിക്കാവുന്ന ഒരുത്തരം കണ്ടെത്തുവാൻ കവികൾക്ക് കഴിയാറില്ലെങ്കിലും ആത്യന്തിക യാഥാർത്ഥ്യത്തെക്കുറിച്ച് സൂചനകൾ നല്കുവാൻ അവർക്കു കഴിയുന്നു. തത്ത്വചിന്തകനും ശാസ്ത്രജ്ഞനും ചെയ്യുന്നതുപോലെ സത്യം കണ്ടെത്തുവാനാണ് കവിയും ശ്രമിക്കുന്നത്. മറ്റുള്ളവരിൽനിന്നും വ്യത്യസ്തമായ മാർഗ്ഗമാണ് കവികൾ ഉപയോഗിക്കുന്നത്. കർക്കശമായ യുക്തിയുടെ ലോകത്തെ നിരാകരിച്ചുകൊണ്ട് ഭാവനയുടെയും ദിവാസ്വപ്നത്തിന്റെയും സംഗീതത്തിന്റെയും അയഥാർത്ഥ തലങ്ങളിലൂടെ സത്യത്തിന്റെ മേഖലകളിൽ എത്തിച്ചേരുവാൻ കവികൾ ശ്രമിക്കുന്നു.

കവിത സത്യമാണെന്നു പറയുമ്പോൾ നമ്മുടെ യുക്തിക്കും ബുദ്ധിക്കും ഇണങ്ങുന്ന സവിശേഷമായ ഒരു തത്ത്വചിന്ത കവിതയിലൂടെ അവതരിപ്പിക്കുന്നു എന്ന് അർത്ഥമില്ല. ഒരു കവിക്ക് എല്ലാ തത്ത്വചിന്തയും ആവശ്യമാണ്. പക്ഷേ, അവയെ തന്റെ സൃഷ്ടികളിൽനിന്ന് അകറ്റി നിർത്തുകതന്നെ വേണമെന്ന് ഗൊയ്ഥേ പറഞ്ഞത് ഇവിടെ ഓർക്കാം. ഏതെങ്കിലും തത്ത്വചിന്തയുടെയോ രാഷ്ട്രീയ പ്രത്യയശാസ്ത്രത്തിന്റെയോ അനുശാസനങ്ങളനുസരിച്ച് രചനയിലേർപ്പെടുന്ന കവി മനുഷ്യജീവിതത്തെ അതിന്റെ അഗാധതയിൽ അറിയുന്നില്ല. ഒരു വലിയ കലാകാരൻ എല്ലാം ഉൾക്കൊണ്ടുകൊണ്ട്, എന്നാൽ എല്ലാ മൂല്യങ്ങളെയും ചോദ്യം ചെയ്തുകൊണ്ട് പ്രത്യക്ഷ യാഥാർത്ഥ്യത്തിനു പിന്നിലെ ആന്തരിക യാഥാർത്ഥ്യം തിരയുന്നു. ഒരു ദാർശനികനിൽനിന്നും പ്രവാചകനിൽനിന്നും തീർത്തും വ്യത്യസ്തനായാണ് ഒരു കവി ചിന്തിക്കുന്നതും ശബ്ദിക്കുന്നതും. ഒരു പ്രവാചകൻ ദൈവത്തിന്റെ വാക്കുകളിൽ സത്യം പ്രഖ്യാപിക്കുന്നു: സന്ദേശം നല്കുന്നു. തത്ത്വചിന്തകൻ യുക്തിഭദ്രമായി ചിന്തിച്ച് സത്യം വെളിപ്പെടുത്തുന്നു. എന്നാൽ, ഒരു കവിയാകട്ടെ പ്രതീകങ്ങൾ, രൂപകങ്ങൾ, ബിംബങ്ങൾ എന്നിവയിലൂടെ സത്യം പ്രകാശിപ്പിക്കുകയാണ്. അന്തർദർശനത്തിന്റെ സവിശേഷമായ യുക്തി ഉപയോഗിച്ചാണ് യാഥാർത്ഥ്യത്തിന്റെ പൊരുൾ കവികൾ വെളിപ്പെടുത്തുന്നത്. ലൗകിക ജീവിതത്തിലെ യുക്തിയുമായി അതിനു യാതൊരു ബന്ധവുമില്ല. ശാസ്ത്രജ്ഞരും തത്ത്വചിന്തകരും നേരിട്ട് സത്യപ്രസ്താവനകൾ നടത്തുമ്പോൾ കവികൾ സത്യത്തെ മിഥ്യയായും കിനാവായും യുക്തിരഹിതമായ കല്പനകളായും അവതരിപ്പിക്കുന്നു. സത്യം പ്രതിരൂപങ്ങളിലൂടെയും മാന്ത്രികമായ താളഘടനയിലൂടെയും വെളിപ്പെടുത്തുന്നു.

കവിത മന്ത്രമാണെന്നു പറഞ്ഞ അരവിന്ദൻ (The Future Poetry) അതു മന്ത്രമാകുന്നത് ആഴത്തിലുള്ള സത്യത്തിന്റെ ശബ്ദമാകുമ്പോഴും ഏറ്റവും ഉദാത്തമായ താളത്തിൽ പ്രകാശിപ്പിക്കുമ്പോഴും മാത്രമാ

ണെന്നും പറയുന്നുണ്ട്. മനുഷ്യ യാഥാർത്ഥ്യത്തെക്കുറിച്ച് തനിക്കു കിട്ടിയ വെളിപാടുകൾ കവി പ്രത്യേകതരത്തിലുള്ള ഭാഷയിലൂടെയാണ് അവതരിപ്പിക്കുന്നത്. താളവും ലയവും നിറഞ്ഞ ആ ഭാഷയ്ക്ക് വാസ്തവിക ലോകവുമായി ബന്ധമില്ല. കവികൾ ഉപയോഗിക്കുന്ന, ഭാവങ്ങളുമായി ആത്മബന്ധമുള്ള താളം കവിതയ്ക്ക് ഒരുതരം മാന്ത്രികമായ ശക്തി നല്കുന്നു. നിരവധി അർത്ഥതലങ്ങളും, വ്യത്യസ്തഭാവധ്വനികളും അനുവാചകനിൽ ഉണർത്തുവാൻ കഴിയുന്ന കവിതയിലെ വാക്കുകൾക്ക് മനുഷ്യജീവിതത്തിന്റെ വൈരുദ്ധ്യങ്ങൾ എടുത്തുകാണിക്കുവാനുള്ള കരുത്തുമുണ്ടായിരിക്കും.

പുരാവൃത്തത്തിലും മതത്തിലും കലയിലും മനുഷ്യ യാഥാർത്ഥ്യങ്ങൾ പ്രതീകരൂപത്തിലാണ് പ്രത്യക്ഷപ്പെടുന്നത്. പ്രത്യക്ഷമായ അർത്ഥത്തേക്കാൾ പരോക്ഷമായ അർത്ഥതലങ്ങൾക്കാണ് അവിടെ പ്രസക്തി. നല്ല കവിത ഒരു രഹസ്യമായിരിക്കും. അതിലന്തർഭവിച്ചിരിക്കുന്ന പ്രതീകങ്ങളും വിചിത്ര കല്പനകളും അപഗ്രഥിച്ചുവേണം രഹസ്യത്തിന്റെ പൊരുൾ കണ്ടെത്താൻ. കവികൾ ഇതു ബോധപൂർവ്വം ചെയ്യുന്ന ചെപ്പടിവിദ്യയല്ല. മനുഷ്യജീവിതത്തെക്കുറിച്ചുള്ള വെളിപാടുകൾ പ്രതീകരൂപത്തിൽത്തന്നെയാണ് മനസ്സിൽ തെളിഞ്ഞുകിട്ടുന്നത്. രചനയുടെ വേളയിൽ കവിപോലും അവയുടെ പൂർണ്ണമായ അർത്ഥമറിഞ്ഞെന്ന് വരില്ല. എന്നാൽ ആ പ്രതീകങ്ങൾക്ക് ജീവിത യാഥാർത്ഥ്യങ്ങളെ ആഴത്തിൽ സ്പർശിക്കുവാൻ കഴിയുന്നു. *വീണപൂവ്* ഇതിനുദാഹരണമാണ്. അടർന്നുവീണു കിടക്കുന്ന പൂവിനെ നോക്കി വിഷാദം കൊള്ളുന്ന കവി മനുഷ്യജീവിതത്തിന്റെ പിന്നിലെ ദാർശനിക യാഥാർത്ഥ്യം അറിഞ്ഞവൻ തന്നെയാണ്. പൂവിന്റെ കഥയിലൂടെ മനുഷ്യജീവിതത്തെ സംബന്ധിക്കുന്ന ആന്തരിക യാഥാർത്ഥ്യങ്ങൾ പുറത്തുവരുന്നു. താൻ പഠിച്ച തത്ത്വചിന്തയും വേദാന്തവും, തർക്കശാസ്ത്രവുമെല്ലാം ഒരു കവിയുടെ രചനകളിൽ സ്വാധീനം ചെലുത്താം. കുമാരനാശാന്റെ കൃതികളിൽ ഉപനിഷത്തിന്റെയും ഭാരതീയ വേദാന്തചിന്തയുടെയും സ്ഫുരണങ്ങൾ കടന്നുവരുന്നുണ്ട്. എന്നാൽ, എല്ലാ യുക്തിഭദ്രമായ ചിന്തയെയും ചെറുത്തുകൊണ്ട് കവി പ്രതിഭ സൃഷ്ടിച്ച ജീവിതദുരന്തത്തെ സംബന്ധിക്കുന്ന യുക്തിഭദ്രമല്ലാത്ത വെളിപാടുകളാണ് കവിതയ്ക്ക് അർത്ഥഗഹനതയും തീവ്രമായ സൗന്ദര്യവും നല്കുന്നത്.

ഈ ലോകത്തെക്കുറിച്ചും, ജീവിതം നേരിടുന്ന കടുത്ത യാഥാർത്ഥ്യങ്ങളെക്കുറിച്ചും ഒരു കലാകാരൻ ആഴത്തിലറിയുന്നു. ജീവിതത്തിന്റെ മേൽ വന്നുവീഴുന്ന വിപത്തും മഹാനാശവും ഒരു കവി ഉൾക്കണ്ണുകൊണ്ടു കാണുന്നു. സാധാരണക്കാർ വേണ്ടതുപോലെ അറിഞ്ഞെന്ന് വരില്ല. മനുഷ്യജീവിതത്തിന്റെ തകർച്ചയും, അതിന്റെ ദുരന്തവും, ആത്മശൂന്യതയുമെല്ലാം കവി ആഴത്തിൽ മനസ്സിലാക്കുകയും സ്വപ്നത്തിന്റെയും, വെളിപാടിന്റെയും പ്രവചനത്തിന്റെയും ഭാഷയിൽ അതു വിളംബരം ചെയ്യുകയും ചെയ്യുന്നു. കവിത അടിസ്ഥാനപരമായി സ്വപ്ന

മാണെന്നു പ്രഖ്യാപിച്ച ചങ്ങമ്പുഴ ഇതിനുദാഹരണമാണ്. അദ്ദേഹം പല ഘട്ടങ്ങളിൽ വിവിധ തത്ത്വശാസ്ത്രങ്ങളിൽ ആകൃഷ്ടനായി പരസ്പര വിരുദ്ധമായ ആശയങ്ങൾ കവിതയിൽ അവതരിപ്പിച്ചു. ജീവിതത്തെക്കുറിച്ച് ഉദാത്തമായ തത്ത്വചിന്തയൊന്നും അവതരിപ്പിച്ചതുമില്ല. പക്ഷേ, താൻ ജീവിച്ച കാലത്തെ മനുഷ്യാവസ്ഥയെക്കുറിച്ച് ആലോചിച്ച് അഗാധമായി ഖേദിച്ച തീപിടിച്ച ഒരു മനസ്സ് ചങ്ങമ്പുഴയ്ക്കുണ്ടായിരുന്നു. പ്രൊഫ. എം എൻ വിജയൻ ചൂണ്ടിക്കാണിച്ചതുപോലെ സ്വർഗ്ഗങ്ങളിലേക്കും വിഭ്രാന്തികളിലേക്കും ശൂന്യതയിലേക്കും തെന്നിത്തെന്നിപ്പോയ ചങ്ങമ്പുഴ ജീവിക്കുവാൻ കൊള്ളരുതാത്തതായിത്തീർന്ന ഈ ലോകത്തിന്റെ പൊയ്മുഖം പൂർണ്ണമായി വലിച്ചുചീന്തിയ ആദ്യത്തെ മലയാള കവിയായിരുന്നു. അന്നു ജീവിച്ചിരുന്ന ഒരു രാഷ്ട്രീയദാർശനികനും കഴിയാത്തവിധം നാം ജീവിക്കുന്ന ലോകത്തിന്റെ കാപട്യത്തെക്കുറിച്ച്, ദയനീയതയെക്കുറിച്ച്, ക്രൂരതയെക്കുറിച്ചുള്ള ആത്മീയ ഉണർവ്വ് ചങ്ങമ്പുഴയാണ് നമുക്ക് നല്കിയത് (*ചിതയിലെ വെളിച്ചം*). ഈ ലോകത്തിന്റെ യാഥാർത്ഥ്യത്തെക്കുറിച്ച് ആത്മീയമായ ഉണർവ്വ് പകർന്നുതരുവാൻ ഒരു കവിക്കു കഴിയണം.

പുഞ്ചിരിയുടെ പിന്നിലെ അപകടകരമായ കാപട്യമറിഞ്ഞ് നെഞ്ചു കീറി നേര് കാട്ടാൻ യത്നിച്ച വൈലോപ്പിള്ളിയും ഏറ്റവും വലിയ സത്യം വെളിപ്പെടുത്താൻ യാഥാർത്ഥ്യത്തിന് വിരുദ്ധമായ കല്പനകളും അന്തരീക്ഷവും ഉപയോഗിച്ചിട്ടുള്ളതായി കാണാം. കവികൾ പരുക്കൻ യാഥാർത്ഥ്യത്തിലൂടെ സഞ്ചരിച്ച് ഒടുവിൽ ഭ്രമകല്പനകളുടെ ഇരുണ്ട കാനനങ്ങളിലെത്തിച്ചേരാറുണ്ട്. ഇടശ്ശേരി ജീവിത യാഥാർത്ഥ്യങ്ങളുടെ പിന്നിലെ വൈരുദ്ധ്യങ്ങളും ദുരന്തവും ചിത്രീകരിക്കുവാൻ പ്രത്യക്ഷത്തിൽ വാസ്തവത്തിൽ തോന്നുന്ന ജീവിതരംഗങ്ങൾ അവതരിപ്പിക്കാറുണ്ട്. 'ബുദ്ധനും നരിയും ഞാനും' എന്ന കവിത ഇതിനുദാഹരണമാണ്. ഗാന്ധിയൻ തത്ത്വനേതാക്കന്മാർ വീർപ്പുമുട്ടുന്നത് കണ്ടപ്പോൾ ഒന്നമർത്തിച്ചിരിക്കാൻ തോന്നിയതിന്റെ ഫലമാണ് ആ കവിതയെന്ന് അടിക്കുറിപ്പിൽ കവി വിശദീകരിക്കുന്നുണ്ട്. വീട്ടിൽ വിശന്നു പൊരിയുന്ന നാലഞ്ചു മക്കൾക്കു വേണ്ടി ചുമലിൽ ഇത്തിരി റേഷനരിയുമായി വരുന്ന ഒരുവൻ വഴിയിൽ ആക്രമിക്കുവാൻവന്ന നരിയുടെ മുതുകിൽ, കാരുണ്യത്തിന്റെയും സ്നേഹത്തിന്റെയും ഉടമയായ ബുദ്ധന്റെ കൽപ്രതിമ തള്ളിയിട്ട് രക്ഷപ്പെട്ട കഥയാണ് ഇടശ്ശേരി പറയുന്നത്. വിശുദ്ധമായ ലക്ഷ്യത്തിലെത്തിച്ചേരാൻ ചോര ചിന്തിയ മാർഗ്ഗം സ്വീകരിക്കേണ്ടിവന്നതിനെപ്പറ്റി വിപരീതാഭിപ്രായമുള്ളവർ വാദിച്ചുകൊള്ളുവാൻ കവി കള്ളച്ചിരിയോടെ പറയുന്നുണ്ട്. ഒരു തലമുറ താലോലിച്ച രാഷ്ട്രീയസ്വപ്നങ്ങളെ തീർത്തും നിർദ്ദയമായ ചിരിയിലൂടെ കവി ചോദ്യം ചെയ്യുന്നു. കവിയുടെ ചുണ്ടിലെ മുനകൂർത്ത ചിരി ദാർശനികന്റെ ചിരിയായി മാറുകയാണ്. ഇവിടെ രാഷ്ട്രീയ തത്ത്വചിന്തയെ യുക്തിവിചാരംകൊണ്ട് ഖണ്ഡിക്കുകയല്ല കവി ചെയ്യുന്നത്. ജീവിതത്തെ സംബന്ധിക്കുന്ന അഗാധമായ ദുരന്ത

യാഥാർത്ഥ്യങ്ങൾ തന്റെ ഒരു ദിവാസ്വപ്നത്തിലൂടെ വിളിച്ചു പറയുകയാണ്. രാഷ്ട്രീയ ചിന്തകരേക്കാൾ ജീവിത സത്യമറിഞ്ഞവനായി ഇടശ്ശേരി മാറുന്നു.

ആധുനിക കാലത്ത്, കവിത ബാഹ്യമായ യാഥാർത്ഥ്യത്തിന്റെ എല്ലാ അംശവും ചോർത്തിക്കളഞ്ഞ് ദുഃസ്വപ്നത്തിന്റെയും വിഭ്രാന്തിയുടെയും, വിശുദ്ധമായ ഒരുതരം ഭ്രാന്തിന്റെയും തലങ്ങളിലെത്തിച്ചേരുന്നതു കാണാം. ഈ വിഭ്രാന്തികളും പേടിസ്വപ്നങ്ങളുമെല്ലാം ഏറ്റവും കടുത്ത യാഥാർത്ഥ്യങ്ങളുടെ വാതിലുകൾ നമ്മുടെ മുമ്പിൽ തുറന്നിടുകയാണ്. കടമ്മനിട്ട രാമകൃഷ്ണൻ എഴുതിയ 'കിളിയും ഞാനും' എന്ന കവിതയിൽ കൺമുന്നിലെ വാസ്തവിക ലോകത്തിന്റെ സാന്നിദ്ധ്യം തീരെയില്ല. ഒരു സ്വപ്നത്തിന്റെ രൂപത്തിൽ പ്രത്യക്ഷപ്പെടുന്ന കവിതയിൽ മനുഷ്യജീവിതമെന്ന മഹായാത്രയുടെ സൂക്ഷ്മമായ അർത്ഥധ്വനികൾ ഉയരുന്നു. മോഹനമായ സ്വപ്നത്തിലൂടെ കടന്നു ഇന്നത്തെ കടുത്ത യാഥാർത്ഥ്യങ്ങളിലേക്ക് കവിത കത്തിപ്പടരുന്നു. സച്ചിദാനന്ദനും വിനയചന്ദ്രനും എ അയ്യപ്പനും കവിതയെ ദുഃസ്വപ്നത്തിന്റെയും വിഭ്രാന്തികളുടെയും ലോകത്തിലെത്തിക്കുന്നു. യുക്തിയുടെ ലോകവുമായി കലഹിക്കുന്ന ബിംബ അവസ്ഥ വെളിവാക്കുന്നു. ഇവിടെ യുക്തിശൂന്യങ്ങളായ ദിവാസ്വപ്നങ്ങളും വിശുദ്ധമായ ഭ്രാന്തും ആന്തരിക യാഥാർത്ഥ്യങ്ങളിലേക്ക് വെളിച്ചം പ്രസരിപ്പിക്കുന്ന വെളിപാടുകളായി മാറുന്നതാണ് നാം കാണുന്നത്.

കവിതയും വൈരുദ്ധ്യവും

വിപരീത ഭാവങ്ങളുടെ ലയമാണ് നല്ല കവിത. കവികൾ ജീവിതത്തിലെ വൈരുദ്ധ്യങ്ങളെ കൂട്ടിമുട്ടിച്ചാണ് കവിതയിൽ സൗന്ദര്യത്തിന്റെ അഗ്നിയും തീർത്ഥവും സൃഷ്ടിക്കുന്നത്. ഒരൊറ്റ ഭാവതലത്തിലൂടെ നീങ്ങുമ്പോൾ കവിത ക്ഷീണിക്കുന്നു. അത്തരം കവിതകൾക്ക് അനുവാചകന്റെ ആന്തരികതയിൽ അർത്ഥവത്തായ ചലനങ്ങളുണ്ടാക്കുവാനുള്ള ശക്തി നഷ്ടപ്പെട്ടുപോകുന്നു. മാത്രമല്ല അവ വായനക്കാർ വേഗത്തിൽ മറന്നുപോകുകയും ചെയ്യുന്നു. അതുകൊണ്ട് കവികൾ മനുഷ്യ ജീവിതത്തിലെ വിരുദ്ധ ഭാവതലങ്ങളെ വിചിത്രമായ വിധത്തിൽ ഒരൊറ്റ ബിന്ദുവിൽ കേന്ദ്രീകരിക്കുവാൻ ശ്രമിക്കുകയാണ് ചെയ്യുന്നത്. ഈ വിധമുണ്ടാകുന്ന വിപരീതങ്ങളുടെ പിരിമുറുക്ക (tension) മാണ് കവിതയ്ക്ക് ജീവൻ പകരുന്നത്.

പ്രത്യക്ഷത്തിൽ പരസ്പരം വിരുദ്ധമായ രണ്ട് ന്യായവാദങ്ങൾ തമ്മിലുള്ള സംഘട്ടനത്തിൽനിന്നാണ് സത്യം പുറത്തുവരുന്നതെന്ന് ഭാരതീയ ദാർശനിക ചിന്ത സമ്മതിക്കുന്നു. വിപരീതങ്ങളുടെ സംഘട്ടനമാണ് വികസനത്തിന്റെ പിന്നിലെന്ന് ലെനിൻ ചൂണ്ടിക്കാട്ടുന്നുണ്ട്. വലിയ വാസ്തവങ്ങൾ തെളിഞ്ഞുകിട്ടുന്നത് വൈരുദ്ധ്യങ്ങളുടെ സങ്കലനത്തിലൂടെയാണ്. പ്രപഞ്ചത്തിലെ എല്ലാ ചലനങ്ങളുടെയും പിന്നിൽ വൈരുദ്ധ്യമുണ്ടെന്ന് മാർക്സ് പറഞ്ഞു. വൈരുദ്ധ്യങ്ങളുടെ സംഘർഷത്തിലൂടെ ജീവിതം വികാസം പ്രാപിക്കുന്നുവെന്നാണ് മാർക്സിയൻ തത്ത്വചിന്തയുടെ കാതൽ. സ്വയം കത്തുന്ന ഹൈഡ്രജനും, തീ കത്താൻ സഹായിക്കുന്ന ഓക്സിജനും ചേർന്നാണ് (H_2O) ജലമുണ്ടായതെന്ന ശാസ്ത്രസത്യം വൈരുദ്ധ്യത്തെക്കുറിച്ച് പ്രതിപാദിച്ചപ്പോൾ ഒരു പ്രസിദ്ധ ചിന്തകൻ ചൂണ്ടിക്കാണിച്ചിട്ടുണ്ട്. സ്വയം കത്തുന്ന വാതകവും കത്താൻ സഹായിക്കുന്ന വാതകവും ചേർന്നാണ് ജലമുണ്ടാകുന്നതെന്ന വൈരുദ്ധ്യാത്മക സത്യം കവിതയുടെ കാര്യത്തിലും ശരിയാണ്. വിരുദ്ധചോദനങ്ങളുടെ

സമീകരണമാണ് സൗന്ദര്യമെന്ന് റിച്ചെട്സ് പറയുന്നു. പ്രമേയ ഘടനയുടെ ഭാവതലത്തിലും ഭാഷയിലുമെല്ലാം ഉള്ള വിപരീതഭാവങ്ങളുടെ ശക്തമായ സംഘർഷമാണ് കവിതയ്ക്ക് ശക്തി നല്കുന്നത്.

ദുഃഖവും ആനന്ദവും, നന്മയും തിന്മയും, ജീവിതവും മരണവും, സ്നേഹവും വെറുപ്പും, ശോകവും ഹാസ്യവും - ഇങ്ങനെ വിപരീതങ്ങളുടെ സങ്കലനം നല്ല കവിതയുടെ അഗാധഘടനയ്ക്കുള്ളിൽ നടക്കുന്നുവെന്ന് സൂക്ഷ്മമായ നിരീക്ഷണം വെളിപ്പെടുത്തും. വിപരീതങ്ങൾ സംയോജിച്ചുണ്ടാകുന്ന നവീനവും സജീവവുമായ ഏകത്വമാണ് കലാസൃഷ്ടിയെന്ന് പറയാം. വികാരങ്ങളിലും, ജന്മവാസനകളിലും ധിഷണയുടെ പ്രവർത്തനത്തിലുമെല്ലാം വൈരുദ്ധ്യങ്ങളുണ്ട്. മനുഷ്യപ്രകൃതിയിൽ വിപരീതഭാവങ്ങളുടെ സമരം എപ്പോഴും നടക്കുന്നു. ജീവിതത്തിലെ വിരുദ്ധ ഭാവങ്ങൾ ലയിച്ചുചേർന്നുണ്ടായ വിചിത്രമായ സിംഫണിയാണ് കവിത. കവിതയുടെ ഉപരിതല സൗന്ദര്യവും സംഗീതവും മാത്രം ആസ്വദിക്കുന്ന ഒരു വായനക്കാരന് ഈ വൈരുദ്ധ്യം സത്യമായി അനുഭവപ്പെടണമെന്നില്ല. കവിതയുടെ അർത്ഥംമാത്രം മനസ്സിലാക്കുന്ന വായനക്കാരനും ഇതൊരുപക്ഷേ, അറിയുന്നുണ്ടാവില്ല. നല്ല സംവേദനശക്തിയുള്ള വായനക്കാരൻ കാവ്യപാഠത്തിന്റെ അബോധത്തിൽ നടക്കുന്ന വിപരീത ഭാവങ്ങളുടെ സംഘർഷം വ്യക്തമായി അറിയുന്നു. മനുഷ്യജീവിതം മൗലികമായും വൈരുദ്ധ്യങ്ങളുടെയും സങ്കീർണ്ണതകളുടെയും സമന്വയമായതുകൊണ്ട് മനുഷ്യജീവിതത്തെക്കുറിച്ച് പ്രതിപാദിക്കുന്ന കവിതയിലും ആ വൈദഗ്ദ്ധ്യങ്ങളുടെയും സങ്കീർണ്ണതകളുടെയും സമന്വയം ഉണ്ടായേ മതിയാകൂ.

സങ്കീർണ്ണത നിറഞ്ഞ യാഥാർത്ഥ്യത്തെ തിരയുന്ന കവികൾ ഒക്ടാവിയോപാസ് ചൂണ്ടിക്കാണിച്ചതുപോലെ, ഭാവനയിൽ വിപരീതവും വ്യത്യസ്തവുമായ യാഥാർത്ഥ്യങ്ങളെ തമ്മിൽ ബന്ധപ്പെടുത്തുന്നു. വിപരീതങ്ങളെ ഏകീകരിച്ചു മാത്രമേ ജീവിത യാഥാർത്ഥ്യത്തെ ആഴത്തിൽ ചിത്രീകരിക്കുവാനാകൂ. മനുഷ്യജീവിതത്തിലെ സങ്കീർണ്ണതകളും പൊരുത്തക്കേടുകളും പ്രകാശിപ്പിക്കുവാനും മനുഷ്യനിലെ ദൈവത്തെയും ചെകുത്താനെയും പുറത്തു കൊണ്ടുവരുവാനും ശ്രമിച്ച ദസ്തയേവ്സ്കി വിപരീതങ്ങളുടെ സംഘർഷം നിറഞ്ഞ ഭാഷയാണുപയോഗിച്ചത്. വൈരുദ്ധ്യങ്ങളുടെ ഇഴുകിച്ചേരൽ ബൈബിൾഭാഷയുടെയും പത്രഭാഷയുടെയും സങ്കലനമായ അദ്ദേഹത്തിന്റെ ഭാഷയെ ഉടനീളം ഭരിക്കുന്നതു കാണാം. സ്ത്രീയുടെ വിലോഭനീയമായ സൗന്ദര്യം കണ്ടിട്ട് ദസ്തയേവ്സ്കിയുടെ ഒരു കഥാപാത്രം ഇപ്രകാരം പറയുന്നു: 'നിങ്ങൾ അതീവ സുന്ദരിയാണ്. നേരേ നോക്കാൻ തന്നെ ഭയം തോന്നും. അത്രയ്ക്ക് സൗന്ദര്യവതിയാണ്.' സ്ത്രീയുടെ ദിവ്യമായ സൗന്ദര്യത്തെ അതിനു കടകവിരുദ്ധമായ ഭാവവുമായി ബന്ധിപ്പിച്ച് അതിന്റെ ആഴം പ്രകാശിപ്പിക്കുകയാണ് ദസ്തയേവ്സ്കി. ഇങ്ങനെ വൈരുദ്ധ്യങ്ങളെ സമന്വയിച്ച് സത്യത്തിലേക്ക് അടക്കുവാൻ ശ്രമിക്കുന്നവനാണ് കലാകാരൻ.

വിപരീത ദ്വന്ദ്വങ്ങളുടെ സങ്കലനത്തിലൂടെയാണ് ആദിമ കാലത്തു

കവികൾ ജീവിതത്തെ സംബന്ധിക്കുന്ന വലിയ പരമാർത്ഥങ്ങളുടെ സന്നിധിയിൽ എത്തിച്ചേർന്നത്. വിരുദ്ധങ്ങളോ പൊരുത്തപ്പെടാത്തവയോ ആയ ധർമ്മങ്ങളുടെ അനുരഞ്ജനമാണ് കല. അതുകൊണ്ട് വിരുദ്ധ പ്രകൃതികളുടെ ലയം കലയിലെപ്പോഴും സംഭവിക്കുന്നു. ട്രാജഡിയിലും ക്ലാസിക് കൃതികളിലുമെല്ലാം വിരുദ്ധപ്രകൃതികളെന്നു വിശേഷിപ്പിക്കാവുന്ന നന്മതിന്മകളുടെ സമരമുണ്ട്. ധർമ്മാധർമ്മങ്ങളുടെ അതിശക്തമായ ഉരസലുകളിലൂടെയാണ് ഇതിഹാസകവികൾ മൂല്യസങ്കല്പങ്ങൾക്ക് രൂപം കൊടുത്തത്. സ്വർഗ്ഗം ഭൂമിയെ ചുംബിക്കുന്ന സൗന്ദര്യം കാളിദാസന്റെ നാടകത്തിൽ കണ്ടെത്തിയ ഗെയ്ഥേ വിപരീതങ്ങളുടെ സമന്വയത്തിലൂടെ രൂപംകൊള്ളുന്ന സൗന്ദര്യത്തെ എടുത്തുകാട്ടുകയാണ് ചെയ്തത്. ചെറിയ നദികൾ ശബ്ദത്തോടെ ഒഴുകുന്നു, വലിയ നദികൾ ശാന്തമായി പ്രവഹിക്കുന്നു എന്ന് ബുദ്ധൻ പറഞ്ഞു. ശാന്തമായി പ്രവഹിക്കുന്ന വലിയ നദികളെപ്പോലെയാണ് ഇതിഹാസകൃതികൾ. ഈ ശാന്തതയ്ക്കുള്ളിൽ വലിയ അശാന്തിയും വിരുദ്ധശക്തികളുടെ സമരവും നടക്കുന്നുവെന്ന് മാത്രം. *രാമായണ*ത്തിലും *മഹാഭാരത*ത്തിലും വിപരീതശക്തികളുടെ സംഘർഷമാണ് അനുവാചകനെ സത്യദർശനത്തിലേക്ക് നയിക്കുന്നത്. ദുരന്ത നാടകങ്ങളിലും ജീവിതത്തിലെ വൈരുദ്ധ്യം നിറഞ്ഞ ഭാവങ്ങൾ ഉരസിയും ഏറ്റുമുട്ടിയുമാണ് ജീവിത രഹസ്യത്തെപ്പറ്റിയുള്ള വെളിപാടുകളുടെ തീ കത്തിപ്പടരുന്നത്. നേർവിപരീതമെന്നു വിശേഷിപ്പിക്കാവുന്ന ഭാവങ്ങളുടെ ഏറ്റുമുട്ടലിൽ നിന്നുമാണ് കുമാരനാശാന്റെ കവിതയും ഊർജ്ജം സംഭരിച്ചത്. കൂരിരുട്ടിന്റെ കിടാത്തിയായ കാക്കയെ സൂര്യപ്രകാശത്തിന്റെ ഉറ്റതോഴി എന്നുകൂടി വിശേഷിപ്പിച്ചപ്പോൾ വൈലോപ്പിള്ളി വിപരീതങ്ങളുടെ സങ്കലനത്തിലൂടെ മാത്രമേ പരമാർത്ഥം മനസ്സിലാക്കുവാൻ കഴിയുകയുള്ളുവെന്ന് സൂചിപ്പിക്കുകയാണ് ചെയ്തത്. മാത്രമല്ല 'നിഗ്രഹോത്സുകം സ്നേഹവ്യഗ്രമെങ്കിലും ചിത്തം' എന്നെഴുതിയപ്പോൾ അദ്ദേഹം മനുഷ്യപ്രകൃതിയിലെ അമ്പരപ്പിക്കുന്ന വൈരുദ്ധ്യത്തെക്കുറിച്ച് ഓർമ്മിപ്പിക്കുകയും ചെയ്തു.

ജീവിതത്തിലെ വിരുദ്ധ ദ്വന്ദ്വങ്ങൾ തമ്മിലുള്ള സംഘർഷമാണ് കാല്പനിക കവിതയ്ക്ക് ആന്തരികദാർഢ്യവും സൗന്ദര്യശക്തിയും നല്കിയത്. അകാരണവും അപരിഹാര്യവുമായ തീവ്രവ്യസനങ്ങൾ കാല്പനിക കവികളെ നിരന്തരം പീഡിപ്പിച്ചു. അതേസമയം അലൗകികവും, പ്രാപിക്കുവാൻ അസാദ്ധ്യവുമായ സ്വർഗ്ഗങ്ങളെക്കുറിച്ചുള്ള കാല്പനിക സങ്കല്പങ്ങൾ അവരുടെ മനസ്സിൽ ദിവ്യമായ ആനന്ദലഹരി നിറയ്ക്കുകയും ചെയ്തു. അപരിഹാര്യമായ തീവ്രദുഃഖവും ദിവ്യമായ ആനന്ദലഹരിയും ഇഴുകിച്ചേർന്ന വൈരുദ്ധ്യത്തിന്റെ സമന്വയമാണ് കാല്പനിക കവിത. ആഴമേറിയ വേദനയെ ആനന്ദലഹരിയാക്കി മാറ്റുമ്പോൾ കാല്പനിക കവികൾ വിപരീത ഭാവങ്ങളുടെ പിരിമുറുക്കത്തിന് രൂപംകൊടുക്കുകയാണ്. കാല്പനിക കവികൾ, ജീവിതത്തിന് മാധുര്യവും പ്രകാശവും നല്കുന്ന പ്രണയത്തെ മരണവുമായി ബന്ധിപ്പിക്കുമ്പോഴും, ജീവി

തത്തിന്റെ വിളക്ക് അണച്ചുകളയുന്ന മരണത്തെ മധുരീകരിക്കുമ്പോഴും വിപരീത ധ്രുവങ്ങളിൽ നില്ക്കുന്ന ഭാവങ്ങളെ ഒരൊറ്റ ബിന്ദുവിൽ കേന്ദ്രീകരിക്കുവാൻ ശ്രമിക്കുകയാണ്. പ്രണയവും മരണവും, ജീവിതവും മരണവും - ഈ വിരുദ്ധകേന്ദ്രങ്ങളെ സർഗ്ഗാത്മകമായി സമീകരിക്കുന്നതിലൂടെ ജീവിത വൈരുദ്ധ്യങ്ങളുടെ കല സൃഷ്ടിക്കുകയാണ് കാല്പനിക കവികൾ ചെയ്യുന്നത്. നമ്മുടെ ഏറ്റവും മധുരമായ ഗാനങ്ങൾ ഏറ്റവും തീവ്രമായ ദുഃഖചിന്തകൾ ചൊല്ലുന്നവയാണെന്ന് ഷെല്ലി പാടിയപ്പോൾ വൈരുദ്ധ്യങ്ങളുടെ സമീകരണമാണ് കവിതയെന്ന കാല്പനിക സത്യത്തെ ഉയർത്തിക്കാണിക്കുകയാണുണ്ടായത്. ഇടപ്പള്ളി തന്റെ പ്രണയലതികയെ മരണശാഖയിൽ പടർത്തിയാണ് കവിതയിൽ വിപരീതങ്ങളുടെ സാന്ദ്രത സൃഷ്ടിച്ചത്. ഈ വൈരുദ്ധ്യാത്മകതയുടെ സൗന്ദര്യമാണ് കവിത.

ആധുനികഘട്ടത്തിൽ വൈരുദ്ധ്യങ്ങളുടെ സംഘർഷം ഭാവതലത്തിൽ മാത്രമല്ല ഭാഷയുടെയും ശൈലിയുടെയും ബിംബകല്പനകളുടെയും തലത്തിലുമെത്തുന്നു. വിരുദ്ധശക്തികളുടെ ഉരസലിലൂടെ മാത്രമേ വലിയ പരമാർത്ഥങ്ങൾ സർഗ്ഗാത്മകമായി അവതരിപ്പിക്കുവാൻ കഴിയൂ എന്ന് ആധുനിക കലാകാരന്മാരും കരുതുന്നു. ശൈലിയിലും കല്പനകളിലും വിരുദ്ധ ഭാവങ്ങളെ സമന്വയിപ്പിച്ച് ജീവിതത്തിന്റെ സങ്കീർണ്ണത ധ്വനിപ്പിച്ചു കേൾപ്പിക്കുന്ന രീതി ഇരുപതാംനൂറ്റാണ്ടിലെ കവിതയിൽ കാണുന്ന പൊതുവായ പ്രവണതയാണ്. ഒരൊറ്റ കല്പനയിൽത്തന്നെ വിരുദ്ധാനുഭവങ്ങളുടെ സന്നിവേശമുള്ളതുകൊണ്ട് അവയെ വൈരുദ്ധ്യാത്മക ബിംബങ്ങൾ (dialectical images) എന്ന് ഒരു പ്രസിദ്ധ വിമർശകൻ വിശേഷിപ്പിച്ചു. ബെർതോൾഡ് ബ്രഹ്ത്തിന്റെയും പാബ്ലോ നെരൂദയുടെയും കവിതകളിൽ ഇത്തരത്തിലുള്ള കാവ്യബിംബങ്ങൾ കാണാം. ആധുനികജീവിതത്തിന്റെ പ്രതിസന്ധികളും, ആന്തരിക വൈരുദ്ധ്യങ്ങളും പ്രകാശിപ്പിക്കുവാൻ വൈരുദ്ധ്യാത്മകമായ കാവ്യബിംബങ്ങൾക്കു മാത്രമേ കഴിയൂ. നമ്മുടെ ആധുനിക കവികളും വിപരീതതലങ്ങളെ ഒന്നിച്ചു ചേർക്കുന്ന കാവ്യബിംബങ്ങൾ സൃഷ്ടിച്ച് വർത്തമാനകാലത്തെ മനുഷ്യാനുഭവങ്ങളുടെ സങ്കീർണ്ണത വിശദമാക്കിയിട്ടുണ്ട്. മൂല്യത്തകർച്ച ബാധിച്ച ഒരു കാല ത്തിന്റെ ആത്മീയമായ വന്ധ്യതയും, നിസ്സഹായതയും, ലളിതവും നേരിട്ടുള്ളതുമായ കാവ്യശൈലിക്ക് പ്രകടിപ്പിക്കുവാനാകാത്തതുകൊണ്ടാണ് വൈരുദ്ധ്യത്തിന്റെ കാവ്യഭാഷ ആധുനിക കവികൾ തെരഞ്ഞെടുക്കുന്നത്.

ഏറ്റവും തീവ്രമായ വ്യസനങ്ങളെ പ്രഹസനമാക്കി വിപരീത ഭാവങ്ങളെ കൂട്ടിമുട്ടിക്കുന്ന ആധുനിക കവികൾ വൈരുദ്ധ്യങ്ങളുടെ സമരമാണ് കലയെന്നു വിശ്വസിക്കുന്നവരാണ്. കവികൾ പുരാവൃത്തത്തിലെ ആദിമമായ മനുഷ്യാനുഭവങ്ങളെ വർത്തമാനകാലത്തെ അനുഭവങ്ങളുമായി ലയിപ്പിച്ചു ചേർക്കുമ്പോൾ രണ്ട് വ്യത്യസ്ത കാലങ്ങളെ കൂട്ടിക്കലർത്തി യാഥാർത്ഥ്യത്തിന്റെ സങ്കീർണ്ണ വശങ്ങൾക്ക് പ്രകാശനം കൊടുക്കുകയാണ്. യാതൊരു ബന്ധവുമില്ലാത്ത ചിത്രങ്ങൾ ഒന്നിച്ചു ചേർത്തു

വിരുദ്ധഭാവങ്ങളുടെ താളം സൃഷ്ടിച്ച് സങ്കീർണ്ണതയുടെ ആഴം സൃഷ്ടിക്കുന്ന വിദ്യ ആധുനിക ചിത്രകലയിൽ കാണാം. ഈ രീതി പുതിയ ചില കവികളും പിന്തുടരുന്നുണ്ട്. വിരുദ്ധാനുഭവങ്ങൾ ഇഴുകിച്ചേർന്ന കാവ്യബിംബങ്ങളും വ്യത്യസ്തമായ ഭാവതലങ്ങൾ കലർന്ന ചിഹ്നങ്ങളും കവികൾ ധാരാളമായി ഉപയോഗിക്കുന്നുണ്ട്. ആധുനിക ജീവിത യാഥാർത്ഥ്യങ്ങൾ കണ്ടെത്തുവാൻ ശ്രമിക്കുന്നു. വിപരീതങ്ങളുടെ പിരിമുറുക്കം നിറഞ്ഞ ഭാഷാഘടനയിൽ അതു ചിത്രീകരിക്കുവാൻ യത്നിക്കുന്നു.

അത്യന്തം സങ്കീർണ്ണമായ യാഥാർത്ഥ്യത്തെ സൂക്ഷ്മമായി അവതരിപ്പിക്കുവാൻ വൈരുദ്ധ്യങ്ങൾ മാത്രമല്ല വൈരുദ്ധ്യാഭാസ (paradox) ങ്ങളും കവികളുപയോഗിക്കാറുണ്ട്. ആധുനിക കവിതയിൽ മാത്രമല്ല പ്രാചീനകവിതയിലും ഇത്തരത്തിലുള്ള ഭാഷാഘടനയുണ്ട്. പ്രത്യക്ഷത്തിൽ വിരുദ്ധമായും അസംബന്ധമായും സൂക്ഷ്മാപഗ്രഥനത്തിൽ യാഥാർത്ഥ്യമായും സത്യമായും തോന്നിക്കുന്ന വൈരുദ്ധ്യാഭാസങ്ങൾ മികച്ച കവിതയിൽ കടന്നുവരുന്നു. മിക്ക കവികളും വൈരുദ്ധ്യാഭാസമുപയോഗിച്ചിട്ടുണ്ടെന്നും, അത് അതിഭൗതിക കവിത (Metaphysical Poetry) യുടെ പ്രധാന ആവിഷ്കരണ തന്ത്രമായിരുന്നുവെന്നും പാരഡോക്സിനെക്കുറിച്ച് ചിന്തിച്ചപ്പോൾ എം എച്ച് അബ്രാംസ് പറയുന്നുണ്ട്. കവിത വികസിപ്പിച്ചത് പാരഡോക്സാണെന്ന ചിന്താഗതി ആധുനിക കാലത്തു ശക്തിപ്പെടുകയും ചെയ്തു. ഇംഗ്ലീഷ് നവ വിമർശകനായ ക്ലയൻത് ബ്രൂക്സ് കവിതയുടെ ഭാഷ വൈരുദ്ധ്യാഭാസത്തിന്റെ ഭാഷയാണെന്ന് ചൂണ്ടിക്കാണിച്ചു. സൂക്ഷ്മമായ ജീവിതസത്യം ലളിതമായ ഭാഷാഘടനയിലൂടെയല്ല, വിപരീതതലങ്ങളെ സ്പർശിക്കുന്ന വിചിത്രമായ ഭാഷാഘടനയിലൂടെ മാത്രമേ ചിത്രീകരിക്കുവാനാകൂ. വിപരീത ഭാവത്തിലുള്ള അർത്ഥങ്ങൾ ധ്വനിപ്പിക്കുംവിധം കവികൾ ഭാഷ പ്രത്യേക തരത്തിലുപയോഗിക്കാറുണ്ട്. വാക്കുകളുടെ സാമ്പ്രദായികവും യുക്തിപരവുമായ അർത്ഥത്തിനപ്പുറത്തേക്ക് പോകുവാൻ ഇങ്ങനെയുള്ള കാവ്യഭാഷയ്ക്കു മാത്രമേ കഴിയുകയുള്ളൂ. ശാസ്ത്രജ്ഞനും തത്ത്വചിന്തകനുമുപയോഗിക്കുന്ന യുക്തിയുടെ കർശനമായ നിയന്ത്രണമുള്ള ഭാഷയല്ല കവിയുടെ ഭാഷ. യുക്തിക്കും അർത്ഥത്തിനും അപ്പുറത്തേക്ക് സൂചനകൾ നല്കുവാൻ കവിയുടെ ഭാഷയ്ക്ക് കഴിയണം. അതുകൊണ്ടാണ് കവികൾ വിപരീതങ്ങളുടെ സംഘർഷം നിറഞ്ഞ വിചിത്രമായ ഭാഷ സൃഷ്ടിക്കുന്നത്.

ഭാരതീയ അലങ്കാരപദ്ധതിയിലെ വിരോധാഭാസത്തെക്കുറിച്ചുള്ള വിചാരം ഇവിടെ പ്രസക്തമാണ്. വാസ്തവത്തിൽ വിരോധമില്ലെങ്കിലും പ്രഥമ ശ്രവണത്തിൽ വിരോധം തോന്നുന്ന പ്രകാരം പറയുന്നതു വിരോധാഭാസമെന്ന് എ ആർ രാജരാജവർമ്മ വിശദീകരിക്കുന്നു. വിരോധാഭാസം നല്ല കവിതയുടെ സ്വഭാവം ഉൾക്കൊള്ളുന്ന ഒരലങ്കാരമാണ്. ആദ്യവായനയിൽ തോന്നുന്ന വിരോധം അല്ലെങ്കിൽ വൈരുദ്ധ്യം ആസ്വാദനവേളയിൽ പരിഹരിക്കപ്പെട്ടു കഴിയുമ്പോൾ, അത് അപൂർവ്വമായ കാവ്യസൗന്ദ

ര്യമായി പരിണമിക്കുന്നു. ഇതാണ് വിരോധാഭാസമെന്ന അലങ്കാരത്തിന്റെ സവിശേഷത. 'ഹന്ത! ചന്ദ്രമുഖിക്കിന്നു ചെന്തീയായിതു ചന്ദനം' എന്ന ഉദാഹരണത്തിൽ എ ആർ ചന്ദനത്തെ ചെന്തീയാക്കി മാറ്റി വൈരുദ്ധ്യം സൃഷ്ടിക്കുന്നു. നായികയുടെ വിരഹാവസ്ഥയിലെ പ്രതീതിയാണ് ചിത്രീകരിച്ചിരിക്കുന്നതെന്ന് പിന്നീട് അറിയുമ്പോൾ ആ വൈരുദ്ധ്യം സൗന്ദര്യാനുഭൂതിയായി ആസ്വാദകന് അനുഭവപ്പെടുന്നു. ഇവിടെ വാസ്തവത്തിൽ വിരോധമില്ല. വിരോധാഭാസമേയുള്ളൂ. വിരോധാഭാസം ഒരലങ്കാരത്തിന്റെ പരിധിവിട്ട് ഭാഷാശില്പത്തിന്റെയും കല്പനകളുടെയും തലങ്ങളിലേക്ക് വികസിക്കുമ്പോൾ കവിതയുടെ കരുത്തും സൗന്ദര്യവും വർദ്ധിക്കുന്നു. ആധുനിക കവിതയിൽ ഇതു സംഭവിച്ചു.

കവിതയിൽ നേരിട്ടുള്ള സത്യപ്രസ്താവനകൾക്ക് വലിയ പ്രസക്തിയില്ല. വക്രസത്യമെന്നോ വിപരീതസത്യമെന്നോ വിശേഷിപ്പിക്കാവുന്ന 'സത്യ'മാണ് കവിതയിൽ പ്രത്യക്ഷപ്പെടാറുള്ളത്. നേരിട്ട് പറഞ്ഞാൽ ഫലിക്കാത്ത കാര്യങ്ങൾ കവികൾ വിപരീതാർത്ഥത്തിൽ പറയുമ്പോൾ തറഞ്ഞു കൊള്ളുന്നുവെന്ന് മാത്രമല്ല സൗന്ദര്യാനുഭൂതിയായി അതു മാറുകയും ചെയ്യുന്നു. ആദ്യം കേൾക്കുമ്പോൾ അസംബന്ധമെന്നോ വെറും നേരംപോക്കെന്നോ തോന്നുന്ന കവിതകൾ. ആലോചിച്ചു നോക്കുമ്പോൾ ജീവിതത്തെ സംബന്ധിക്കുന്ന വലിയ വാസ്തവങ്ങളിലേക്കും ദാർശനിക യാഥാർത്ഥ്യങ്ങളിലേക്കും നമ്മെ കൊണ്ടുപോകുന്നതായി അനുഭവപ്പെടാറുണ്ട്. എം ഗോവിന്ദന്റെയും കുഞ്ഞുണ്ണിയുടെയും അയ്യപ്പപ്പണിക്കരുടെയും മറ്റും ചില കവിതകൾ പ്രഥമ ശ്രവണത്തിൽ വിരോധം അഥവാ വൈരുദ്ധ്യം സൃഷ്ടിക്കുന്നു. അവ അസംബന്ധമാണെന്ന തോന്നലുണ്ടാകുന്നു. പക്ഷേ, വീണ്ടും വായിക്കുമ്പോൾ ജീവിതത്തിന്റെ മൗലികമായ ഭാവങ്ങൾ അവ സമർത്ഥമായി സംവേദനം ചെയ്യുന്നതായി അനുഭവപ്പെടും. ആധുനിക കവികളുടെ ചില രചനകളിൽ വിരോധാഭാസം ഒരലങ്കാരത്തിന്റെ പരിധിവിട്ട് കവിതയുടെ ശില്പത്തിന്റെയും ഭാഷയുടെയും തലങ്ങളിലേക്ക് വികസിച്ചിരിക്കുന്നു എന്നർത്ഥം. ഭാഷയുടെ കേവലമായ അർത്ഥബോധത്തിന്റെയും യുക്തിബോധത്തിന്റെയും പരിവേഷങ്ങൾ എടുത്തുകളഞ്ഞെങ്കിൽ മാത്രമേ വലിയ പരമാർത്ഥങ്ങൾ ധ്വനിപ്പിച്ചു കേൾപ്പിക്കുവാൻ കഴിയൂ. അതുകൊണ്ടാണ് കവികൾ ലളിതവും ഋജുവുമായ മാർഗ്ഗങ്ങളുപേക്ഷിച്ച് സങ്കീർണ്ണവും പരോക്ഷവുമായ രീതികൾ പ്രയോഗിക്കുന്നത്. ജീവിതക്രമങ്ങൾ കുഴഞ്ഞുമറിയുകയും മൂല്യസങ്കല്പങ്ങൾ തലകീഴായി നില്ക്കുകയും ചെയ്യുന്ന ആധുനിക ഘട്ടത്തിലെ കലാകാരന്മാർ വൈരുദ്ധ്യങ്ങളുടെ സങ്കലനത്തിലൂടെ മാത്രമേ യാഥാർത്ഥ്യം ചിത്രീകരിക്കുവാൻ കഴിയുകയുള്ളൂവെന്ന് കണ്ടെത്തി. അതുകൊണ്ടാണ് കവിതയുടെ പ്രമേയ ഘടനയിലും ഭാഷാശില്പത്തിലും കല്പനകളിലുമെല്ലാം വിപരീതങ്ങളുടെ സംഘർഷമുണ്ടായത്.

ആഴക്കടലിൽനിന്നും ഉയർന്നുവരുന്ന വാക്കുകൾ

കവിത വായനക്കാരന്റെ അബോധതലങ്ങളിൽ തരംഗങ്ങളുണർത്തുന്ന കലാരൂപമാണ്. യുക്തിയുടെ കർക്കശമായ ആധിപത്യമുള്ള ബോധമനസ്സുമായി അതു ബന്ധപ്പെടുന്നില്ല. കേവലയുക്തിയുടെയും, പ്രത്യക്ഷ യാഥാർത്ഥ്യത്തിന്റെയും നേർ വിപരീത സ്വഭാവങ്ങളാണ് കാവ്യഭാവന പലപ്പോഴും പ്രദർശിപ്പിക്കുന്നത്. ചിലപ്പോൾ കവിതയുടെ ഉപരിതലങ്ങൾ ജീവിത മുഹൂർത്തങ്ങളുമായി നേരിട്ടു ബന്ധം സ്ഥാപിക്കുമെങ്കിലും, ആസ്വാദനവേളയിൽ കവിതയുടെ ആന്തരികതലങ്ങൾ ബോധമനസ്സിന്റെ നിശിതമായ കണ്ണുകൾ വെട്ടിച്ച് ഉള്ളിലേക്ക് കടന്ന് അബോധമണ്ഡലവുമായി സംവദിക്കുന്നു. കവിതയിലെ പദഘടനയും പ്രതീകങ്ങളും മാസ്മരകാന്തിയുള്ള താളവുമാണ് മനസ്സിന്റെ ഇരുണ്ടതലങ്ങളിലേക്ക് ഊളിയിട്ടിറങ്ങാൻ പ്രേരിപ്പിക്കുന്നത്. ഒറ്റ വായനയിൽത്തന്നെ വായനക്കാരന്റെ മനസ്സിന്റെ ബാഹ്യതലത്തെ ആവേശഭരിതമാക്കുന്ന കവിത ഉള്ളിൽ കടക്കുന്നില്ല. അതും നാം വേഗത്തിൽ മറക്കുന്നു. എന്നാൽ, ആദ്യ വായനയിൽ നമ്മെ കുഴയ്ക്കുകയും, വഴുതി മാറിപ്പോകുകയും ചെയ്യുന്ന കവിതകളിലൂടെ വീണ്ടും സഞ്ചരിക്കുമ്പോൾ ജീവിതത്തിന്റെ മൗലികഭാവങ്ങളും നിഗൂഢതകളും തെളിഞ്ഞുവരുന്നതായി അനുഭവപ്പെടും. നമുക്കുതന്നെ പൂർണ്ണമായി കെട്ടഴിക്കുവാൻ കഴിയാത്ത അപൂർവ്വവും അനാദിയുമായ വികാരങ്ങളുടെയും അനുഭൂതികളുടെയും ഉറവിടങ്ങളിലേക്ക് അപ്പോൾ മനസ്സ് വീഴുകയാണ്. കവിത വായനക്കാരന്റെ അബോധത്തിലെ ചോദനകളെയും വികാരഗ്രന്ഥികളെയും ഉണർത്തുകയാണ്. നമ്മിൽത്തന്നെയുള്ള ചില ഭാവങ്ങളെ ആഴത്തിൽ സ്പർശിച്ചുപോകുമ്പോൾ നാം സ്വയം അറിയുന്നു. ആത്മദർശനത്തിന് പ്രേരിപ്പിക്കുന്ന ഉണർത്തുപാട്ടാണ് കവിത. അങ്ങനെ കാവ്യാസ്വാദനത്തിലൂടെ

പുനർജ്ജന്മം നാം നേടിയെടുക്കുന്നു. അല്ലെങ്കിൽ നമ്മിൽത്തന്നെയുള്ള ചില ഭാവങ്ങൾ ഉയിർത്തെഴുന്നേല്ക്കുന്നു.

സ്വയം അറിയുവാൻ സഹായിക്കുന്നു എന്നതിൽക്കവിഞ്ഞ് കവിത പുതിയ പാഠങ്ങളൊന്നും പഠിപ്പിക്കുന്നില്ല. ഗഹനമായ ആദ്ധ്യാത്മിക രഹസ്യങ്ങളും തത്ത്വചിന്തയും ആശയലോകവും പഠിക്കുവാൻവേണ്ടി ആരും കവിത വായിക്കുന്നില്ല. പക്ഷേ, കവിത ആശയത്തിന്റെ വിശാല ലോകവും തത്ത്വചിന്തയും ഒഴിവാക്കുന്നില്ല എന്ന സത്യം അപ്പോഴും നമ്മുടെ മുമ്പിലുണ്ട്. എന്നാൽ, അവയേക്കാൾ പ്രധാനം മനുഷ്യജീവിതത്തെക്കുറിച്ചുള്ള കവിയുടെ സ്വകാര്യമായ ഉൾക്കാഴ്ചയാണ്. കവി ഉപയോഗിക്കുന്ന വാക്കുകളിലൂടെയും അവ ഉണർത്തുന്ന ഭാവപരമ്പരകളിലൂടെയും അനുദ്ധ്യാനശീലമുള്ള മനസ്സ് സഞ്ചരിക്കുമ്പോൾ മനുഷ്യസ്ഥിതിയെക്കുറിച്ചുള്ള പുതിയൊരു വ്യഖ്യാനം അരുളപ്പാട് പോലെ അറിയുന്നു, ഏറ്റുവാങ്ങുന്നു. കവിതയുടെ പിന്നിൽ മറഞ്ഞിരിക്കുന്ന കലാകാരന്റെ തികച്ചും സ്വകാര്യമായ തിരുവാമൊഴികളാണ് അതിനു പ്രാണവായു പകർന്നുകൊടുക്കുന്നത്. മനുഷ്യസ്ഥിതിയെക്കുറിച്ചുള്ള കലാകാരന്റെ വെളിപാട്, അയാളുടെ സ്വകാര്യജീവിതത്തിൽ ഏതെങ്കിലും പ്രതിസന്ധിയുടെ ഘട്ടത്തിലോ, ദുഃഖത്തിന്റെ അഗ്നിനിമിഷങ്ങളിലോ ലഭിച്ചതാവും. ഈ സ്വകാര്യമായ ഉൾക്കാഴ്ചയ്ക്കു യുക്തിയുടെയോ പ്രബലമായ ഏതെങ്കിലും തത്ത്വചിന്തയുടെയോ പിൻബലമുണ്ടെന്നു വരില്ല. എങ്കിലും ഒരു കലാകാരനെ സംബന്ധിച്ചിടത്തോളം അത് ആത്മാവിനെ കുത്തിനോവിപ്പിക്കുന്ന ദിവ്യവും ധന്യവുമായ അനുഭവം തന്നെയാണ്. ഈ അനുഭവബീജങ്ങൾ പിന്നീട് മനുഷ്യസ്ഥിതിയെ സംബന്ധിക്കുന്ന യാഥാർത്ഥ്യം പരോക്ഷമായി പ്രകടിപ്പിക്കുന്ന കല്പനകളായും പ്രതീകങ്ങളായും രൂപംമാറി പുറത്തുവരുന്നു. ഇത് അത്യന്തം വേദനാകരവും സങ്കീർണ്ണവുമായ പ്രക്രിയയാണ്. അനുഭവബീജങ്ങൾ കാവ്യഭാഷയിലേക്ക് പരിഭാഷ ചെയ്യപ്പെടുമ്പോൾ കലാകാരന്റെ മനസ്സിന്റെ അടിത്തട്ടിലുറഞ്ഞുകിടക്കുന്ന സഹജപ്രേരണകളും വാസനകളും, മനോഭാവങ്ങളുമെല്ലാം ഉണർന്നു പ്രവർത്തിക്കുന്നുണ്ട്. മനുഷ്യന്റെ ദയനീയമായ സ്ഥിതിയെക്കുറിച്ചുള്ള സംശയങ്ങളുടെ വിശദീകരണങ്ങളാണ് എല്ലാ കലാസൃഷ്ടികളും. എല്ലാ വലിയ കലാകാരന്മാരിലും ദാർശനിക സംശയങ്ങൾ ഉന്നയിക്കുന്ന ഒരു നചികേതസ്സ് ജീവിച്ചിരിപ്പുണ്ട് പക്ഷേ, ഈ ദാർശനിക സംശയങ്ങളുടെ വിശദീകരണങ്ങൾ ഒരിക്കലും പൂർണ്ണമാകുന്നില്ല. പലപ്പോഴും യുക്തിസഹം പോലുമാകുന്നില്ല. എങ്കിലും കൺമുമ്പിലെ യാഥാർത്ഥ്യത്തെ മാറ്റിമറിച്ച്, അതിന്റെ സുപരിചിതഭാവങ്ങൾ എടുത്തുമാറ്റിയും ഭ്രമകല്പനകളും പഴങ്കഥകളും ഉപയോഗിച്ചും മിത്തുകൾ പുനർസൃഷ്ടിച്ചും മനുഷ്യസ്ഥിതിയുടെ ആത്യന്തിക യാഥാർത്ഥ്യവും തിരയുന്നു. മറ്റൊരു ഭാഷയിൽ പറഞ്ഞാൽ മനുഷ്യജീവിതത്തിൽ മാന്ത്രികരൂപം സൃഷ്ടിച്ച് യാഥാർത്ഥ്യം തേടുകയാണ്. യാഥാർത്ഥ്യത്തെ മാന്ത്രികരൂപമാക്കി മാറ്റുമ്പോൾ കവിതയിലെ വാക്കുകൾക്ക് അവയുടെ സാധാ

രണ പരിവേഷങ്ങൾ നഷ്ടപ്പെട്ടു പോകുന്നു. അവ മനുഷ്യന്റെ മൗലിക ഭാവങ്ങളുടെ സാന്ദ്രമായ പ്രതീകങ്ങളായും കല്പനകളായും മാറുന്നു.

കലയെക്കുറിച്ച് മൗലികമായ കാഴ്ചപ്പാടുണ്ടായിരുന്ന ഭാരതീയ സൗന്ദര്യശാസ്ത്രചിന്തകൾ ആസ്വാദനത്തിന്റെ അഗാധവും സൂക്ഷ്മവുമായ വശങ്ങൾ മനസ്സിലാക്കിയിരുന്നു. ആസ്വാദനസമയത്ത് അനുവാചകന്റെ അന്തഃകരണത്തിലെ സ്ഥായിഭാവങ്ങൾ ഉണരുകയാണ് എന്ന ഭാരതീയ കലാചിന്തയ്ക്ക് സത്യദർശനത്തിന്റെ കരളുറപ്പുണ്ട്. കവിതയിലെ വികാരത്തിന്റെ മുനയുള്ള വാക്കുകൾ നമ്മിൽത്തന്നെയുള്ള സുപ്തഭാവങ്ങളെ കുത്തിയുണർത്തുന്നു. കവിതയിലെ വാക്ക് സാധാരണ വാക്കല്ല. അവ വായനക്കാരന്റെ മനസ്സിൽ ആഴത്തിൽ പതിഞ്ഞുകിടക്കുന്ന ഭാവങ്ങളേയും വികാര ഗ്രന്ഥികളേയും ഉണർത്തുവാൻവേണ്ടി കവികൾ അനുവാചകനുനേരെ തൊടുത്തുവിടുന്ന ബ്രഹ്മാസ്ത്രങ്ങളാണ്. കവിതയിലെ വാക്കുകൾ ജ്ഞാനമുദിപ്പിക്കുന്ന വാക്കുകളാണെന്ന് ആത്മീയതലത്തിൽ നിന്നുകൊണ്ട് അരവിന്ദമഹർഷി രേഖപ്പെടുത്തുന്നു. വാക്കുകളുടെ 'വസ്തുനിഷ്ഠ'മായ അർത്ഥത്തിനുപരി അവ സൃഷ്ടിക്കുന്ന ഭാവപരമ്പരകളും വികാരതരംഗങ്ങളും ആദിസ്മൃതികളുമാണ് കാവ്യാസ്വാദനത്തിൽ പ്രധാനം. കുട്ടിക്കൃഷ്ണമാരാരുടെ ഭാഷയിൽപ്പറഞ്ഞാൽ 'മനസ്സിന്റെ ഒരരികിൽ ഒന്നു തൊട്ടാൽ അതിന്റെ മറുവശങ്ങളിലേക്കുകൂടി ഓളം വീശുന്ന' ധ്വനനശക്തി വാക്കുകൾക്കുണ്ട്. ഒരർത്ഥത്തിൽ കവിതയിലെ എല്ലാ വാക്കുകൾക്കും പ്രതീകതലത്തിൽ മാത്രമേ പ്രസക്തിയുള്ളൂ. സാധാരണ വ്യവഹാരത്തിൽ ഉപയോഗിക്കുന്ന വാക്കുകൾപോലും പ്രതിഭാശാലിയുടെ അഗ്നിസ്പർശംകൊണ്ട് ആശയപ്രകാശനമെന്ന മണ്ഡലം വിട്ട്, വികാരത്തിന്റെയും അനുഭൂതിയുടെയും പ്രകാശനമെന്ന മേഖലയിലേക്ക് പോകുന്നുണ്ട്. വാക്കുകളുടെ സംവിധാനം പലപ്പോഴും കവിതയ്ക്ക് മാന്ത്രികപരിവേഷം നേടിക്കൊടുക്കുന്നു. വാക്കുകൾ കൂട്ടിച്ചേർത്തു നക്ഷത്രമുണ്ടാക്കുന്ന മാന്ത്രികവിദ്യയാണല്ലോ കവിത. ചൂതുകളിക്കാരൻ കരുക്കൾ സമർത്ഥമായി മാറ്റിവച്ച് ആക്രമണം നടത്തുന്നതുപോലെയാണ് കവികൾ വാക്കുകൾ ചേർത്തുവയ്ക്കുന്നത്. ചൂതുകളിക്കാരൻ ഒരൊറ്റ കരുവിന്റെ ചലനംകൊണ്ട് കളിക്കളത്തെ ആകെ വിറകൊള്ളിക്കുന്നതുപോലെ കവികൾ ഒരൊറ്റ വാക്ക് അല്ലെങ്കിൽ ഭാവങ്ങൾ ധ്വനിപ്പിക്കുന്ന ഒരു പ്രതീകം ഉപയോഗിച്ച് കവിതയിലെ മറ്റുവാക്കുകൾക്ക്, സ്ഫോടകമായ കാന്തിയും, വികാരത്തിന്റെയും അനുഭൂതിയുടെയും, വൈദ്യുതിപ്രവാഹവും, മിന്നൽ വേഗത്തിൽ പകർന്നുകൊടുത്ത് കവിതയെ സവിശേഷമായ തലത്തിലേക്ക് ബന്ധിപ്പിക്കുന്നതു കാണാം. കവിതയിലെ വാക്കുകൾ അനുഭൂതിയുടെ കാമധേനുക്കളാണ്. കവികൾ അവ പ്രത്യേക വിധത്തിൽ പ്രയോഗിച്ചും അവയിൽ സംഭൃതമായിരിക്കുന്ന അനുഭൂതിയും സംഗീതവും ചൂഷണം ചെയ്തും അവയിലെ സാധാരണത്വത്തെ ചോർത്തിക്കളഞ്ഞും നമ്മുടെ അബോധതലത്തിലേക്ക് വിദഗ്ദ്ധമായി അയയ്ക്കുകയാണ്.

കവികളുടെ ഭാവനയാണ് വാക്കുകൾ തെരഞ്ഞെടുക്കുവാനും, സംവിധാനം ചെയ്യുവാനും പ്രതീകങ്ങളും കല്പനകളും ഉപയോഗിക്കുവാനും ശക്തി നല്കുന്നത്. ഭാവനയുടെ പ്രവർത്തനം പൂർണ്ണമായും ബോധമനസ്സിന്റെ നിയന്ത്രണത്തിലാണെന്നു പറയുവാൻ സാദ്ധ്യമല്ല. അബോധാത്മകമായ പ്രവർത്തനമാണത്. ശൈലിപോലും മിക്കപ്പോഴും അബോധാത്മകമാണെന്ന് യേറ്റ്സ് ചൂണ്ടിക്കാണിച്ചിട്ടുണ്ട്. സൃഷ്ടിയുടെ ഉന്മാദവേദന അനുഭവിക്കുമ്പോൾ കവികളെ സാധാരണ ജീവിതത്തിലെ യുക്തികളല്ല, നിയന്ത്രണമില്ലാത്ത ഭാവനയുടെ ഉന്നതമായ യുക്തികളാണ് ഭരിക്കുന്നത്. സർഗ്ഗനിമിഷങ്ങളിൽ കവികൾ ഉപയോഗിച്ചുപോകുന്ന പദങ്ങളും അലങ്കാരങ്ങളും ബിംബകല്പനകളും അബോധാത്മകമായ പ്രവർത്തനത്തിന്റെ സൃഷ്ടികൾ തന്നെയാണ്. *കവിക്ക് പകൽക്കിനാവുമായുള്ള ബന്ധം* എന്ന പ്രബന്ധത്തിൽ ഫ്രോയിഡ്[1] ഭാവനയുടെ പ്രവർത്തനത്തിന്റെ സൂക്ഷ്മതയും രഹസ്യവും അറിയുവാൻ കളിക്കുന്ന കുട്ടിയേയും ഭാവനാശാലിയായ കവിയേയും താരതമ്യപ്പെടുത്തുന്നു. എല്ലാ കുട്ടിയും കളിക്കുമ്പോൾ ഭാവനാസമ്പന്നനായ എഴുത്തുകാരനെപ്പോലെയാണ് പെരുമാറുന്നത്. തനിക്ക് ആഹ്ലാദം നല്കുന്ന വിധത്തിൽ സ്വന്തം ലോകത്തിലെ വസ്തുക്കളെ വീണ്ടും ക്രമപ്പെടുത്തി സ്വന്തമായൊരു ലോകം സൃഷ്ടിക്കുകയാണ്. കുട്ടിയുടെ പ്രവർത്തനത്തിന് യാഥാർത്ഥ്യവുമായി ബന്ധമില്ലെങ്കിലും കലാകാരന്റെ പ്രവർത്തനത്തിന് അതുണ്ട്. എഴുത്തുകാരൻ കളിക്കുന്ന കുട്ടിയെപ്പോലെ ഭ്രമകല്പനകളും പകൽക്കിനാവുകളും നെയ്തെടുക്കുന്നു. ഈ പകൽക്കിനാവ് കുട്ടിക്കാലത്തെ കളിയുടെ തുടർച്ചതന്നെയാണെന്നും വിശദീകരിക്കുന്നുണ്ട്. ഒരു കവിയിൽ ശിശുവും അയുക്തികനായ പ്രാകൃത മനുഷ്യനും ജീവിച്ചിരിക്കുന്നു എന്നു പറയുന്നതും അതുകൊണ്ടുതന്നെയാണ്. കവിതയ്ക്ക് എപ്പോഴും പ്രാക്തന പ്രകൃതിയുടെ സ്വഭാവമുണ്ടായിരിക്കും. കവിത, ഒരു കവിയെ സംബന്ധിച്ചിടത്തോളം ഉപബോധമണ്ഡലത്തിന്റെ ആവിഷ്കാരമാണെന്ന് ചെറിയാൻ കെ ചെറിയാൻ എന്ന കവി അടുത്ത കാലത്ത് അഭിപ്രായപ്പെട്ടത് വളരെ ശരിയാണ്. പ്രത്യക്ഷ ജീവിതാനുഭവത്തിൽ നിന്നാണ് ഒരു കവി തന്റെ കലാസൃഷ്ടിയുടെ ആദ്യബീജം സംഭരിക്കുന്നതെങ്കിലും പലപ്പോഴും അയാൾ ആവിഷ്കരിക്കുന്നതു തന്നിൽത്തന്നെ ഉറങ്ങിക്കിടക്കുന്ന ചില സവിശേഷഭാവങ്ങളായിരിക്കും. എല്ലാ കവിതയ്ക്കും ആത്മഗതത്തിന്റെ സ്വഭാവം ഉണ്ടായിരിക്കും. സവിശേഷമായ ഭാവങ്ങളെ സ്പർശിച്ചുണർത്തുന്ന ജോലിമാത്രമേ പ്രത്യക്ഷമായ 'ജീവിതാനുഭവം' ചെയ്യുന്നുള്ളൂ. യുക്തി മറന്നുപോകുന്ന രചനയുടെ ധിക്കാര നിമിഷം കഴിഞ്ഞാൽ ആ 'ജീവിതാനുഭവം' ആകും കവിയുടെ മനസ്സിലുള്ളത്. എന്നാൽ കലാസൃഷ്ടി മറ്റൊന്നായി നിലനില്ക്കുന്നു. അനുഭവവും സൃഷ്ടിയും തമ്മിലുള്ള അകലം ഇടശ്ശേരിയിലുണ്ട്. ഒരു കാലഘ

1. *On Creativity and the Unconscious*

ട്ടത്തിലെ രാഷ്ട്രീയ സംസ്കാരവും, സാംസ്കാരിക ജീവിതവും പ്രമേയമാക്കിയ കവിതകൾപോലും അവയിലെ ബിംബകല്പനകളുടെ പ്രത്യേകതകൾകൊണ്ട് മറ്റൊരു തലത്തിലേക്ക് പ്രവേശിക്കുന്നതു പുതിയ കവിത വായിക്കുമ്പോൾ കാണാം. പുറത്തേക്ക് കണ്ണും നട്ടിരിക്കുന്ന ഒരു യഥാർത്ഥ കവി പുറത്തുള്ള ഏതെങ്കിലും ചെറിയ സംഭവത്താൽ പ്രേരിതനായി അകത്തെ ജീവിതത്തെക്കുറിച്ചാണ് പാടുന്നത്. ചില കവികളെ സംബന്ധിച്ചിടത്തോളം ബാഹ്യജീവിതം കവിതയുടെ ആന്തരിക ധാരയിൽ കടന്നുവരാറില്ല. കുമാരനാശാൻ ഇതിനുദാഹരണമാണ്. നാരായണഗുരുവിന്റെ ശിഷ്യനായി ജീവിക്കുകയും കറുത്ത നീതിബോധത്തോട് പടപൊരുതി തിരക്കേറിയ പൊതുജീവിതം നയിക്കുകയും ചെയ്ത അദ്ദേഹം തന്റെ ബാഹ്യവ്യക്തിത്വത്തിൽനിന്നും മാറിനിന്ന് ആന്തരിക ജീവിതത്തിലെ പിടികിട്ടാത്ത രഹസ്യസംഘർഷത്തെക്കുറിച്ചും ആത്മീയമായ അശാന്തിയെക്കുറിച്ചും മനുഷ്യന്റെ ദയനീയമായ അവസ്ഥയെക്കുറിച്ചുമാണ് പ്രധാനപ്പെട്ട കവിതകളിൽ പാടിയത്. ജന്തുവിൽ രൂഢമൂലമായ വാസനാബന്ധമാണ് ആശാനെ അലട്ടിയത്. അദ്ദേഹത്തെ സംബന്ധിച്ചിടത്തോളം കവിത അബോധമനസ്സിന്റെ പ്രകാശനമായിരുന്നു. ആശയുടെ അസ്തമിക്കാത്ത സൂര്യൻ ഉദിച്ചുയരുന്ന ഭാരതീയ തത്ത്വചിന്തയും വേദാന്തവും പഠിച്ച കവിയുടെ അബോധത്തിലെ അഗാധമായ ഭാവപീഡകളും, തീവ്രവ്യസനങ്ങളും, ഭീതികളുമാണ് ദുരന്തശില്പങ്ങളിലൂടെ പ്രവഹിച്ചത്. സങ്കീർണ്ണവും അപഗ്രഥിക്കുവാൻ അസാദ്ധ്യവുമായ ആന്തരിക ജീവിതം കാവ്യഭാവനയുടെ പ്രത്യേക ഭാഷയിലൂടെ യാഥാർത്ഥ്യമാക്കിത്തീർക്കുകയാണ്.

മനുഷ്യമനസ്സിനെക്കുറിച്ചുള്ള ആധുനിക ചിന്തകൾകൂടി വിചാരത്തിലെത്തുമ്പോൾ ഇക്കാര്യങ്ങൾ കൂടുതൽ സ്പഷ്ടമാകുന്നു. പ്രാകൃതവും സഹജവുമായ വാസനകളും, വികാരങ്ങളും, ആദിമകാലം മുതലുള്ള മനുഷ്യാനുഭവങ്ങളുടെ സഞ്ചിത സംസ്കാരവും വിശദീകരിക്കുവാൻ കഴിയാത്ത നിഗൂഢതകളും നിറഞ്ഞതാണ് മനുഷ്യന്റെ അബോധമണ്ഡലം. അബോധത്തിനുതന്നെ സ്വകാര്യമായ അബോധം (Personal Unconscious) സമൂഹാവബോധം (Collective Unconscious) എന്നിങ്ങനെ രണ്ടു തലങ്ങളുണ്ട്. ഇവ സ്വപ്നത്തിലൂടെയും കവിതയിലൂടെയും നാം അറിയുന്നു. കവികൾ പ്രത്യക്ഷമായ ജീവിതത്താൽ പ്രചോദിതരായി മനസ്സിന്റെ ഈ ഉള്ളറകൾ അനാവരണം ചെയ്യുകയാണ്. മനസ്സിന്റെ അടിത്തട്ടിലെ കാമത്തിന്റെയും ക്രോധത്തിന്റെയും ശോകത്തിന്റെയും മറ്റും സുപ്തഭാവങ്ങളെ ആഴത്തിൽ സ്പർശിക്കാത്ത കവിത നമ്മെ പിടിച്ചുലയ്ക്കുന്നില്ല. മാനസികഭാവങ്ങളെ ഉയിർത്തെഴുന്നേല്പിക്കുവാൻ സാധാരണ പദങ്ങൾക്ക് കഴിയില്ല. യുക്തിയുടെ ഭാരംവഹിക്കുന്ന ഭാഷയ്ക്ക് ആന്തരിക ജീവിതത്തിന്റെ രഹസ്യച്ചെപ്പ് തുറക്കുവാൻ സാദ്ധ്യമല്ല. അതുകൊണ്ട് കലാകാരൻ ഭാഷയിലെ യുക്തിയെ അടർത്തിമാറ്റി അർത്ഥസന്ദിഗ്ദ്ധത നിറഞ്ഞ താളാത്മകമായ പ്രത്യേക ഭാഷ ഉപയോഗിക്കുന്നു. ഈ

പ്രത്യേക ഭാഷയിലെ പദങ്ങൾ മനസ്സിന്റെ ഇരുണ്ട അറകൾ തുറക്കുന്ന മാന്ത്രികക്കോലുകൾ തന്നെയാണ്. വാക്കുകൾ തമ്മിലുരസുമ്പോൾ ഉണ്ടാകുന്ന സംഗീതവും, മാസ്മരകാന്തി തൂവുന്ന കല്പനകളും, ഭ്രമകല്പനകളും, മിത്തുകളും, ആദിമരൂപങ്ങളും ഉപയോഗിക്കുന്നത് ഉപബോധത്തിന്റെ ലോകം തുറന്നിടുവാനാണ്. പ്രതീകാത്മകവും ധ്വന്യാത്മകവുമായ അസാധാരണ ഭാഷ ഉപയോഗിക്കുന്നതും അതിനുവേണ്ടിയാണ്. വർഷങ്ങളുടെ അനുഭവവും സ്മരണയും സംസ്കാരവും സൂക്ഷിക്കുന്ന മിത്തുകളും ആദിമബിംബങ്ങളും അനുവാചക മനസ്സിലെ അടിസ്ഥാനഭാവങ്ങളും രഹസ്യലോകങ്ങളും തൊട്ടുണർത്തുവാൻ സഹായിക്കുന്നു. ആധുനിക മനുഷ്യരിൽ ഉറങ്ങിക്കിടക്കുന്ന പ്രാചീന മനുഷ്യനെ പുനർജ്ജീവിപ്പിക്കുവാൻ പുരാണധ്വനികൾക്കും ആദിബിംബങ്ങൾക്കും കഴിയുന്നു. മിത്ത് സമൂഹത്തിന്റെ സ്വപ്നമാണ്, ജന്മവാസനകളുടെ പ്രകാശനമാണ്. യുക്തിപരമായ മനസ്സുകൊണ്ട് ഗ്രഹിക്കുവാൻ കഴിയാത്ത യാഥാർത്ഥ്യങ്ങൾ വെളിപ്പെടുത്തുവാൻ അവയ്ക്കു കഴിയുന്നു. വിശ്വവ്യാപകമായ വികാരത്തിന്റെയും മനഃശാസ്ത്രപരമായ മാതൃകയുടെയും എൻസൈക്ലോപീഡിയയാണ് മിത്തോളജി എന്ന കണ്ടെത്തൽ. പഴയ മിത്തുകളെ പുതിയ ഉണർവ്വോടെ പരിശോധിക്കുവാൻ എഴുത്തുകാർക്ക് പ്രേരണ നല്കി. അങ്ങനെ എല്ലാ കവിതയും സ്വകാര്യമായ അബോധത്തിന്റെയും സമൂഹാവബോധത്തിന്റെയും ഇരുട്ടിലേക്കു നീളുന്ന കൈത്തിരികളായിത്തീരുന്നു.

കവികളുടെ അബോധത്തിൽനിന്നും പിറവിയെടുക്കുന്ന പദങ്ങളും പ്രതീകങ്ങളും ബിംബകല്പനകളും അനുവാചകന്റെ അബോധത്തിലേക്ക് ഒഴുകിയെത്തുന്നതിനെയാണ് നാം കാവ്യാസ്വാദനം എന്നുപറയുന്നത്. രചനയുടെ വേളയിൽ കവികളോ ആസ്വാദനവേളയിൽ അനുവാചകനോ ഇതു പൂർണ്ണമായി മനസ്സിലാക്കുന്നില്ല. ഒരുവന്റെ അഭിരുചിയേയും സൗന്ദര്യ സങ്കല്പത്തേയും നിയന്ത്രിക്കുന്നതു ജീവിത സാഹചര്യങ്ങളല്ല ഉപബോധത്തിലെ വാസനകളാണ്. വ്യക്തിത്വത്തിലുള്ള സൂക്ഷ്മമായ പ്രത്യേകതകളാണ്. നമ്മിലുള്ള വാസനകളുമായി ഇണങ്ങുന്ന കലാസൃഷ്ടികളുമായി നാം അടുക്കുന്നു, അല്ലാത്തവയുമായി അകലുന്നു. വേറൊരു വിധത്തിൽ പറഞ്ഞാൽ സ്വന്തം അനുഭൂതിലോകമാണ് കലാസൃഷ്ടികളിൽ നാം വായിക്കുന്നത്. എല്ലാവരുടെയും ഹൃദയത്തിൽ ഒരു കവി ജീവിച്ചിരിപ്പുണ്ട്. ഒരാൾ ഇഷ്ടപ്പെടുന്ന കവിത ഉള്ളിലെ കവി എഴുതുവാൻ ഇടയുള്ള കവിതകളാണ്. നമ്മെ നിരന്തരം വേട്ടയാടുന്ന സൃഷ്ടി ആത്മകഥയിലെ ഊഷ്മളമായ അദ്ധ്യായങ്ങളായി അനുഭവപ്പെടുന്നത് അതുകൊണ്ടാണ്. കലാസൃഷ്ടിയിലൂടെ അനുഭവിച്ചറിഞ്ഞതു തന്റേതന്നെ ഉള്ളിൽ കുമിഞ്ഞു കൂടിയിരുന്ന ഭാവലോകങ്ങളാണെന്ന് ഒരാൾ അറിയുമ്പോൾ മാത്രമേ കലാസൃഷ്ടി അതിന്റെ സാഫല്യം കണ്ടെത്തുന്നുള്ളൂ.

ആധുനിക കാലത്തു മനഃശാസ്ത്രത്തിന്റെയും മറ്റും രംഗത്തുണ്ടായ

അത്ഭുതകരമായ മാറ്റങ്ങൾ കലാകാരന്മാർക്ക് മാധ്യമത്തെ പരിഷ്കരിക്കുവാനും ധീരമായ പരീക്ഷണങ്ങളിൽ ഏർപ്പെടുവാനും പ്രേരണ നല്കി. അങ്ങനെ അവർ അബോധതലത്തിലെ ഇരുണ്ട ലോകങ്ങൾ ബോധപൂർവ്വം പ്രകാശിപ്പിക്കുവാൻ ശ്രമിച്ചു. സർറിയലിസം ഇതിനുദാഹരണമാണ്. സർറിയലിസം സ്വപ്നവുമായും അബോധവുമായും യൂങ്ങിയൻ ആദിരൂപങ്ങളുമായും ബന്ധപ്പെടുന്നു. യുക്തിവിചാരം പരിഗണിക്കാതെ അബോധ മനസ്സിലേക്ക് ആഴ്ന്നിറങ്ങി ബിംബങ്ങൾ ശേഖരിക്കുക. അബോധതലത്തെ പ്രകാശിപ്പിക്കുവാൻവേണ്ടി യുക്തിപരമായ ബന്ധങ്ങളില്ലാതെ വാക്കുകളും ബിംബങ്ങളും ചേർത്തുവയ്ക്കുക എന്നീ രീതികൾ സർറിയലിസ്റ്റുകൾ സ്വീകരിച്ചതായി ഡിലൻ തോമസ്[2] പറയുന്നു. ബിംബങ്ങൾ എവിടെനിന്നു സ്വീകരിച്ചാലും, അതു വിവേകത്തിന്റെ യുക്തിക്ക് വിധേയമായിരിക്കണമെന്നു പറഞ്ഞ് അദ്ദേഹം ഈ രീതികളോട് പൂർണ്ണമായും യോജിക്കുന്നില്ല. എങ്കിലും സർറിയലിസ്റ്റുകളുടെ പുതിയരീതികൾ മനസ്സിന്റെ നിഗൂഢതലങ്ങൾ വെളിപ്പെടുത്തുവാൻ ഉപകരിച്ചിട്ടുണ്ട്. സർറിയലിസ്റ്റുകളെ സംബന്ധിച്ചിടത്തോളം കവിതയിലായാലും, ചിത്രകലയിലായാലും ശില്പകലയിലായാലും അർത്ഥവത്തായ പ്രതീകങ്ങൾ അബോധത്തിൽനിന്നു പ്രത്യക്ഷപ്പെട്ടെങ്കിൽ മാത്രമേ സൗന്ദര്യാത്മകശക്തി ലഭിക്കുകയുള്ളുവെന്ന് കരുതിയതായി ഹെർബർട്ട് റീഡ് ചൂണ്ടിക്കാണിക്കുന്നു. മനുഷ്യ മനസ്സിനെക്കുറിച്ചുള്ള ആധുനികകാലത്തെ അന്വേഷണമാണ് ഇങ്ങനെ ബോധപൂർവ്വം പ്രവർത്തിക്കുവാൻ കലാകാരന്മാരെ സഹായിച്ചത്. എന്നാൽ പ്രാചീനകാലഘട്ടത്തിലെ എഴുത്തുകാർക്ക് കാവ്യഭാവനയുടെ ശക്തികൊണ്ടുതന്നെ ഇതു സാധിച്ചിരുന്നു. പ്രാചീനകവിതകൾ ഉപയോഗിച്ച കല്പനകളും വികാരത്തിന്റെയും ഭാവങ്ങളുടെയും പ്രതീകമായ കഥാപാത്രങ്ങളും അബോധതലത്തിലെ നിഗൂഢ ലോകങ്ങൾ കാഴ്ചവയ്ക്കുന്നുണ്ട്.

കഥ മാത്രം ആസ്വദിക്കുന്ന വായനക്കാർ കാളിദാസന്റെയും മറ്റും കൃതികളിലെ ഉപബോധത്തിന്റെ രഹസ്യ അറകളിലേക്ക് നീണ്ടുചെല്ലുന്ന പ്രതീകങ്ങളും കല്പനകളും കാണുന്നില്ല. നേരിട്ടുള്ള അർത്ഥത്തിനുപരി, എല്ലാ കലയ്ക്കും പ്രതീകാത്മകമായ അർത്ഥതലമുണ്ടെന്ന് അറിയുന്ന മികച്ച വായനക്കാരൻ അതു കാണുന്നുണ്ട്. ക്ലാസിക് കൃതികളിലെ കഥ മാത്രം വായിക്കുന്ന ഒരാൾ കൃതി ആസ്വദിച്ചു എന്നു പറയാനാവില്ല. പ്രതീകഭാഷ ഉപയോഗിക്കാത്ത ആഖ്യാനപരമായ കൃതികളിൽപ്പോലും നേരിട്ടുള്ള അർത്ഥത്തിനുപരി വ്യത്യസ്തമായ ഭാവലോകങ്ങൾ മറഞ്ഞുകിടക്കുന്നത് സൂക്ഷ്മവേദിയായ വായനക്കാരൻ മനസ്സിലാക്കുന്നു. ആ ഭാവലോകത്തേക്ക് അനുവാചക മനസ്സ് നീങ്ങുമ്പോൾ കവിതയിലെ സാധാരണ വാക്കുകൾപോലും ശ്രദ്ധേയമായ ഭാവസാന്ദ്രത ധ്വനിപ്പിക്കുന്ന പ്രതീകങ്ങളാണെന്നു കാണാം. കഥാഗതിയിൽ അതീവ പ്രസ

2. *Notes on the Art of Poetry*

ക്തമായ കഥാപാത്രങ്ങൾപോലും മനസ്സിന്റെ അടിത്തട്ടിലെ സൂക്ഷ്മമായ യാഥാർത്ഥ്യങ്ങൾ വെളിപ്പെടുത്തുന്ന ബിംബ കല്പനകളാണെന്ന് നല്ല വായനക്കാർ മനസ്സിലാക്കുന്നു. കാളിദാസന്റെ *ശാകുന്തള*ത്തിൽ അത്തരം കഥാപാത്രത്തിലുള്ള കല്പനകൾ കാണാം. ആശ്രമമൃഗം, വണ്ടുകൾ, വനജ്യോത്സ്ന, കാട്ടാന, ഹംസപദിക, സിംഹക്കുട്ടി എന്നിങ്ങനെ കാളിദാസൻ അവതരിപ്പിക്കുന്ന ചെറിയ കഥാപാത്രങ്ങൾ മനുഷ്യ മനസ്സിലെ സൂക്ഷ്മമായ ഭാവങ്ങളുടെയും വികാരത്തിന്റെയും പ്രതീകങ്ങളാണ്. രാജാവിന്റെ തേരിന്റെ മുമ്പിൽ അകപ്പെട്ട് പ്രാണഭയത്താൽ പായുന്ന മാൻ മുനികന്യകയുടെ ഹൃദയംതന്നെയാണ്. 'ആശ്രമമൃഗോയം ന ഹന്തവ്യ, ന ഹന്തവ്യ' എന്ന നിലവിളി ആശ്രമത്തിന്റെ മുഴുവൻ ഹൃദയ വിലാപമാകുന്നത് മാൻ ശകുന്തളയുടെ ഹൃദയമാകുന്നതുകൊണ്ടുതന്നെയാണ്. ഒന്നാമങ്കത്തിന്റെ ഒടുവിൽ കാടിളക്കി മദംപൊട്ടി വരുന്ന കാട്ടാന നായകന്റെയും നായികയുടെയും ഹൃദയങ്ങളിൽ കത്തിക്കാളിയ കാമാഗ്നിയാണെന്ന് അറിയുമ്പോൾ നാടകത്തിലെ സുപ്രധാനമായ ഒരംശം ഉൾക്കൊള്ളുകയാണ്. ശാകുന്തളത്തിൽ ഉടനീളം ഇത്തരത്തിൽ പ്രതീകാത്മകമായ കാവ്യഭാഷ ഉപയോഗിക്കുന്നുണ്ട്. ഈ പ്രതീകങ്ങളിൽ പലതും സൃഷ്ടിയുടെ വേളയിൽ കലാകാരന്റെ ഉപബോധത്തിന്റെ ആഴക്കടലിൽനിന്നും ഉയർന്നുവന്നവയാണ്.

കവിതയും രാഷ്ട്രീയവും

കവി സ്വകാര്യജീവിതത്തിലെ ആകുലതകളും ഉൽക്കണ്ഠകളും ഭീതികളും വലിയ പ്രതിസന്ധികളും തന്നോടുതന്നെ നിവേദിക്കുന്നു. കവിത ഒരുതരം പ്രാർത്ഥനയാണ്. എന്നാൽ മനുഷ്യ സ്വാതന്ത്ര്യത്തെ സംബന്ധിക്കുന്ന പ്രശ്നങ്ങളാണു പ്രാർത്ഥനയിലൂടെ പുറത്തുവരുന്നത്. സ്വന്തം മനസ്സിന്റെ മുന്നിൽ നടത്തുന്ന വിശുദ്ധമായ പ്രാർത്ഥനയിൽ സ്വകാര്യവ്യഥകളോടൊപ്പം, പൊതുവായി മനുഷ്യൻ നേരിടുന്ന ധാർമ്മികമായ പ്രതിസന്ധികളും ഭരണകൂടത്തിന്റെ കാടൻ രീതികളോടുള്ള പ്രതിഷേധവും കലർന്നിരിക്കും. ചരിത്രപരമായ യാഥാർത്ഥ്യങ്ങളെ തന്നോടുതന്നെ നടത്തുന്ന പ്രാർത്ഥനയുടെ ജൈവചൈതന്യമാക്കി മാറ്റുവാൻ കവികൾ ശ്രമിക്കാറുണ്ട്. അതുകൊണ്ട് എല്ലാ മികച്ച കവിതയ്ക്കും രാഷ്ട്രീയമായ അന്തർദ്ധ്വനികളുണ്ടായിരിക്കുമെന്നു പറയാം.

എപ്പോഴും സ്വാതന്ത്ര്യത്തിന്റെ തുറമുഖങ്ങൾ തേടുന്ന കവിതയ്ക്ക് ഭരണകൂടത്തിന്റെ കല്പനകളനുസരിക്കാൻ കഴിയില്ല. അധികാരത്തിന്റെ ലോകം അധാർമ്മികതകൾ നിറഞ്ഞതാണെന്നു പുരാണങ്ങളും ചരിത്രവും സൂചിപ്പിക്കുന്നു. രാഷ്ട്രീയാധികാരം ആയുധമുപയോഗിച്ചും അനുനയത്തിന്റെ സൂക്ഷ്മമായ രീതിയുപയോഗിച്ചും മനുഷ്യന്റെ സ്വാതന്ത്ര്യത്തെ ഹനിക്കുവാൻ ശ്രമിക്കുമ്പോൾ കവികൾ കവിത എന്ന പ്രാർത്ഥനയിലൂടെ അതിനോടു പ്രതിഷേധിക്കുന്നു. കവിത എപ്പോഴും അധികാരത്തിന്റെ ലോകത്തോടു വിശുദ്ധമായ വിദ്വേഷം പ്രകടിപ്പിക്കുന്നു. എല്ലാക്കാലത്തെ കലയിലും ദുഷിച്ച അധികാരം സൃഷ്ടിക്കുന്ന നൈതിക പ്രശ്നങ്ങൾ കടന്നുവരുന്നുണ്ട്. അധീനശക്തിയോടു സാധാരണക്കാർ വിധേയത്വം പുലർത്തുമ്പോൾ, സ്വാതന്ത്ര്യത്തിന്റെ പാട്ടുകാരായ കവികൾ അതിനോട് ഏറ്റുമുട്ടുന്നു. കറുത്ത നീതിബോധവുമായി യഥാർത്ഥ

കലാസൃഷ്ടിക്കു യോജിച്ചുപോകാനാവില്ല. അതുകൊണ്ട് അവ പ്രത്യക്ഷമായും പരോക്ഷമായും അധികാരത്തിനെതിരെ നീങ്ങുന്നു.

ആധുനിക സാഹിത്യകലയിലും ഭരണകൂടം അഴിച്ചുവിടുന്ന ധാർമ്മിക സംഘർഷങ്ങൾ നിറഞ്ഞു നില്ക്കുന്നുണ്ട്. യാഥാർത്ഥ്യത്തെ അതിന്റെ വിശദാംശങ്ങളിൽ നേരിടുന്ന ഒരു കലാകാരനും സ്വന്തം കാലത്തെ രാഷ്ട്രീയ യാഥാർത്ഥ്യങ്ങളെ അവഗണിക്കുവാനാകില്ല. മനുഷ്യ ജീവിതത്തിലെ തത്ത്വചിന്താപരമായ വ്യസനങ്ങളെക്കുറിച്ചു പ്രതിപാദിക്കുന്ന കവിത സൂക്ഷ്മമായി വായിച്ചാൽ അതിന്റെയുള്ളിലും രാഷ്ട്രീയ പ്രശ്നങ്ങൾ നിറഞ്ഞുനില്ക്കുന്നതായി കാണാം. ചിഹ്നങ്ങളിലൂടെ പാഠത്തിന്റെ അബോധത്തിലേക്ക് നീങ്ങുമ്പോൾ കവിതയും രാഷ്ട്രീയ യാഥാർത്ഥ്യവും തമ്മിലുള്ള ബന്ധം ഏറ്റവും അഗാധമാണെന്നു കാണാം.

പുറംലോകവുമായുള്ള വ്യക്തിയുടെ വൈരുദ്ധ്യാത്മകമായ ബന്ധമാണു കലയിൽ ആവിഷ്കരിക്കപ്പെടുന്നത്. ലോകവുമായുള്ള തന്റെ ആഴത്തിലുള്ള ഇണക്കങ്ങളും പിണക്കങ്ങളും പൊരുത്തക്കേടുകളും കവികൾ ചിത്രീകരിക്കുന്നു. നാം ഈ ലോകവുമായി അനിവാര്യമായ വിധത്തിൽ ബന്ധപ്പെടുന്നുവെന്ന വികാരമാണ് സർഗ്ഗ സൃഷ്ടിയുടെ പിന്നിലെ പ്രധാന പ്രേരണയെന്നു സാർത്ര് പറയുന്നത് അർത്ഥവത്താണ്[1]. രാഷ്ട്രീയമായ വ്യസനങ്ങൾ കലയുടെ ചൈതന്യമായിത്തീരുന്നു. കക്ഷിരാഷ്ട്രീയമല്ല ഇവിടെ വിവക്ഷിക്കുന്നത്. പ്രത്യയശാസ്ത്രത്തിന്റെ പാഠങ്ങൾ പ്രചരിപ്പിക്കുന്ന സ്വഭാവവുമല്ല. മനുഷ്യ സ്വാതന്ത്ര്യത്തെ സംബന്ധിക്കുന്ന യാഥാർത്ഥ്യങ്ങളാണു വിവക്ഷിക്കുന്നത്. രാഷ്ട്രീയ വ്യവസ്ഥയുടെ ജീർണ്ണത രണ്ടാം കാഴ്ചകൊണ്ട് കാണുന്ന കവി ആ വ്യവസ്ഥയുടെ അടിസ്ഥാനമിളകുന്നതു സ്വപ്നം കാണുന്നു. അപ്പോൾ പ്രാർത്ഥന ക്രോധതാളമായി പരിണമിക്കുകയാണ്. എല്ലാവിധ ജീർണ്ണതകൾക്കും നേരേ കവി തന്റെ സ്വകാര്യമായ രോഷം ചൊരിയുന്നു. ഏതെങ്കിലും ജനകീയ പ്രസ്ഥാനത്തിന്റെ പൊതുനന്മയ്ക്കായുള്ള പ്രവർത്തനത്തിന്റെ ഭാഗമായിട്ടല്ല കവികൾ ഈ രോഷം പ്രകടിപ്പിക്കുന്നത്. അതു കവികളുടെ ആത്മീയതയുടെ ഭാഗം തന്നെയാണ്. കലയിലെ കലാപം വിമർശനത്തിലൂടെയോ വിവരണത്തിലൂടെയോ അല്ല പ്രകടിപ്പിക്കുന്നതെന്നും, അതു സൃഷ്ടിയുടെ യഥാർത്ഥ പ്രവർത്തനത്തിലൂടെയാണെന്നും പ്രസിദ്ധനായ ഒരാധുനിക ചിന്തകൻ അഭിപ്രായപ്പെടുന്നുണ്ട്.

അധാർമ്മികതയോടുള്ള കലാകാരന്റെ പ്രതിഷേധം തന്നെയാണ് സൃഷ്ടി. കവി വായനക്കാരനെ ബോധപൂർവ്വം പഠിപ്പിക്കുവാൻ ശ്രമിക്കുന്നില്ല. പൊതുജനങ്ങളുടെ പ്രശ്നങ്ങൾ ബോധപൂർവ്വം കവിതയിലാവിഷ്കരിക്കുമ്പോൾ കവിതയ്ക്കു പ്രാർത്ഥനയുടെ താളവും ശുദ്ധിയും നഷ്ടപ്പെട്ടുപോകുന്നു. അതു സർഗ്ഗാത്മകമാകാതെ തികച്ചും യാന്ത്രി

---

1. Jean-Paul Sartre: *What is Literature?*

കമാകുന്നു. അതുകൊണ്ട് കലയിൽ ജനകീയതയെക്കുറിച്ചും, ജനകീയ ജനാധിപത്യ സംസ്കാരത്തെക്കുറിച്ചും വർഗ്ഗസമരത്തെക്കുറിച്ചുമുള്ള സങ്കല്പങ്ങളെല്ലാം പൊള്ളയാണ്, കാപട്യമാണ് എന്നു പറയേണ്ടിവരുന്നു. "വിപ്ലവപ്രസ്ഥാനത്തെ ജനതയിൽനിന്ന് അകറ്റിനിർത്തുന്ന ശക്തികളെയും ഘടകങ്ങളെയും കണ്ടെത്തി അവയെ ചെറുക്കുകയും ആ ചെറുത്തുനില്പിലൂടെ സ്വന്തം കവിതയെ കൂടുതൽ ജനകീയമാക്കുകയുമാണു കവികൾ ചെയ്യേണ്ടത്" എന്ന സച്ചിദാനന്ദന്റെ ആഹ്വാനം അർത്ഥശൂന്യമാണ്[2]. ഒന്നാന്തരം കവിതകളെഴുതാറുള്ള സച്ചിദാനന്ദൻ നാലാന്തരം സിദ്ധാന്തങ്ങളാണ് പലപ്പോഴും അവതരിപ്പിക്കാറുള്ളത്.

കവി തന്റെ ലോകത്തെ സ്വേച്ഛാധിപതിയാണ്. പ്രത്യയശാസ്ത്രങ്ങളുടെയും സിദ്ധാന്തങ്ങളുടെയും അനുശാസനങ്ങൾ നല്ല കവി അനുസരിക്കുകയില്ല. എന്നാൽ എല്ലാത്തരത്തിലുള്ള അറിവുകളും അയാളുടെ ബോധതലത്തിൽ ലയിക്കുന്നു. മതവും ശാസ്ത്രവും ചരിത്രവും തത്ത്വചിന്തയും പുരാവൃത്തങ്ങളും നല്കുന്ന പാഠങ്ങൾ തുറന്ന മനസ്സോടെ സ്വീകരിക്കുന്ന കലാകാരൻ അവയുടെ ആധിപത്യത്തിൽനിന്നും രക്ഷപ്പെടുന്നു. ചിന്താപദ്ധതികൾ നല്കുന്ന വെളിച്ചം ജീവിതത്തെ സ്വതന്ത്രമായി കാണുവാനുള്ള കരുത്താണു കവികൾക്കു നല്കുന്നത്. ഒരു നല്ല കവിക്കു വ്യക്തവും ഉറപ്പുള്ളതുമായ രാഷ്ട്രീയദർശനം വേണമെന്നില്ല. കൺമുന്നിലുള്ള യാഥാർത്ഥ്യത്തിന്റെ പിന്നിൽ മറഞ്ഞിരിക്കുന്ന ആപല്ക്കരങ്ങളായ ദുരന്തവൈരുദ്ധ്യങ്ങൾ അന്തർദർശനത്തിലൂടെ അറിയുവാനുള്ള സാമർത്ഥ്യമാണ് അയാൾക്കു വേണ്ടത്.

കവിയുടെ പ്രപഞ്ചവീക്ഷണത്തിനു തത്ത്വചിന്തയുടെയോ പ്രത്യയശാസ്ത്രത്തിന്റെയോ പിൻബലം ആവശ്യമില്ല. അനുഭവങ്ങളുടെ വൈദ്യുതാഘാതങ്ങളാണു സത്യത്തിന്റെ മുമ്പിൽ കവിയെ നിർത്തുന്നത്. നല്ല കവിക്കു വ്യക്തമായ രാഷ്ട്രീയ കാഴ്ചപ്പാടില്ലെങ്കിലും തന്റെ കാലത്തെ സൂക്ഷ്മമായ രാഷ്ട്രീയ യാഥാർത്ഥ്യങ്ങളറിയുവാൻ സാധിക്കുന്നു. യേറ്റ്സിന്റെ രാഷ്ട്രീയ വിശ്വാസങ്ങൾ കുഴഞ്ഞുമറിഞ്ഞതായിരുന്നു; രാഷ്ട്രീയത്തിൽ അദ്ദേഹം ഫാസിസ്റ്റായിരുന്നു. എന്നാൽ അദ്ദേഹത്തിന്റെ കവിതകളിലെ രാഷ്ട്രീയ മനുഷ്യനെ മാറ്റിനിർത്തുവാനാവില്ലെന്ന് ഒരു വിമർശകൻ നിരീക്ഷിച്ചതു വളരെ വാസ്തവമാണ്[3]. രാഷ്ട്രീയ കാഴ്ചപ്പാടല്ല. രാഷ്ട്രീയ യാഥാർത്ഥ്യങ്ങൾ ഉൾക്കൊള്ളുക എന്നതാണു പ്രധാനം.

അധികാരത്തിന്റെ ലോകം ദുഷിച്ചതും, അശ്ലീലം നിറഞ്ഞതുമായതുകൊണ്ട് നല്ല കലാകാരന് ഒരു ഭരണകൂടത്തെയും പൂർണ്ണമായും അംഗീകരിക്കുവാനാകില്ല. അതുകൊണ്ട് കവികളെപ്പോഴും പ്രതിപക്ഷത്തായിരിക്കും. ആത്യന്തിക വിശകലനത്തിൽ സ്വേച്ഛാധിപത്യവാസനകൾ എല്ലാ ഭരണകൂടങ്ങളെയും ബാധിച്ചിട്ടുള്ളതായി ചരിത്രം പറയുന്നു. എപ്പോഴും

2. സച്ചിദാനന്ദൻ: 'കവിതയും ജനതയും'
3. Conor Cruise O'brien: 'Yeats and Irish Politics'

നരബലി ആവശ്യപ്പെടുന്ന ഒരു പുതിയ ഭദ്രകാളിയായി ആധുനികരാഷ്ട്രം വളർന്നിരിക്കുകയാണെന്ന് പ്രമുഖ ചിന്തകനായ എം ഗോവിന്ദൻ പറയുന്നുണ്ട്[4]. അങ്ങനെയുള്ള ഭരണകൂടങ്ങളെ സംശയദൃഷ്ടിയോടെയാണു കവികൾ വീക്ഷിക്കാറുള്ളത്. എല്ലാത്തിനെയും സംശയിക്കുന്ന ഒരരാജകവാദി കവിയിലുള്ളതുകൊണ്ട് എന്തിനെയും സംശയത്തോടെ കവി വീക്ഷിക്കുന്നു. എല്ലാവിധ സദാചാരമൂല്യങ്ങളെയും സംശയിക്കുന്ന കവികളുടെ അരാജകവാദം നന്മയും വിശുദ്ധിയും ലക്ഷ്യമാക്കി നീങ്ങുകയും ചെയ്യുന്നു. ഏതു സുവർണ്ണ കാലഘട്ടത്തിലും നല്ല കവികൾ അപ്രിയകരങ്ങളായ ചോദ്യങ്ങൾ ചോദിക്കുകയും ഭരണകൂടത്തെ കുഴയ്ക്കുന്ന സംശയങ്ങൾ ഉന്നയിക്കുകയും ചെയ്യും. കവികൾ ഉയർത്തുന്ന അപ്രിയകരങ്ങളായ ചോദ്യങ്ങളും ആശങ്കകളുമാണു മനുഷ്യനെ സ്വതന്ത്രനാക്കുന്നതും സ്വാതന്ത്ര്യത്തിന്റെ മൂല്യങ്ങൾ കാത്തുസൂക്ഷിക്കുന്നതും. കവികൾക്കു ധീരമായി ചോദ്യങ്ങൾ ചോദിക്കുവാനുള്ള സർഗ്ഗാത്മകമായ സ്വാതന്ത്ര്യം നഷ്ടപ്പെടുമ്പോൾ മനുഷ്യ സംസ്കാരം തന്നെയാണു തകരുന്നത്.

ഈ നൂറ്റാണ്ടിലെ രാഷ്ട്രീയ സംസ്കാരത്തിന്റെ തകർച്ച വിശദമായി അപഗ്രഥിച്ച എറിക് ഫ്രോം, ഇന്നത്തെ മനുഷ്യന് അധികാരത്തോട് അനുസരണക്കേട് പ്രകടിപ്പിക്കുവാനുള്ള ശക്തി നഷ്ടപ്പെട്ടിരിക്കുന്നുവെന്നു ചൂണ്ടിക്കാണിക്കുന്നുണ്ട്[5]. യാഥാർത്ഥ്യത്തെക്കുറിച്ചുള്ള ഉൾക്കാഴ്ച അവനു പൂർണ്ണമായും ഇല്ലാതെയായിരിക്കുന്നു. സോഷ്യലിസ്റ്റ് സമൂഹത്തിലും മുതലാളിത്ത സമൂഹത്തിലും ഇതാണ് സംഭവിച്ചത്. ദൈവം മരിച്ചുവെന്നു നീത്ഷേ പറഞ്ഞെങ്കിലും യഥാർത്ഥത്തിൽ 1914 നുശേഷം സംഭവിച്ചതു മനുഷ്യന്റെ മരണമായിരുന്നുവെന്ന് അദ്ദേഹം എടുത്തു പറയുന്നു. അധികാരകേന്ദ്രങ്ങളോട് ഇല്ല (No) എന്നു പറയുവാൻ ധൈര്യപ്പെട്ടിരുന്ന മനുഷ്യർ ഉണ്ടായിരുന്നതുകൊണ്ടാണ് മനുഷ്യന് ആത്മീയ വളർച്ച സാദ്ധ്യമായത്. സംശയിക്കുവാൻ പഠിക്കുകയും അനുസരണക്കേടു കാണിക്കുവാനുള്ള ശേഷി വീണ്ടെടുക്കുകയും ചെയ്തില്ലെങ്കിൽ ഒടുവിൽ നമ്മളെത്തുന്നതു രാഷ്ട്രീയ സമഗ്രാധിപത്യത്തിലേക്കാവും (Political Totalitarianism) എന്നും ഫ്രോം ഓർമ്മിപ്പിക്കുന്നുണ്ട്[6]. ഫ്രോമിന്റെ സങ്കല്പത്തിലുള്ള അനുസരണക്കേടാണു യഥാർത്ഥ കലാകാരൻ പ്രകടിപ്പിക്കേണ്ടത്. യഥാർത്ഥ കവികൾ ഒരു രാഷ്ട്രീയ വ്യവസ്ഥയുടെയും അടിമയാകാതെ, ഒരു രാഷ്ട്രീയ കക്ഷിയുടെയും നുകത്തിൻ കീഴിലാകാതെ സൃഷ്ടിയിലൂടെ വലിയ സംശയങ്ങൾ ഉന്നയിക്കുകയും അനുസരണക്കേടിന്റെ പാഠങ്ങൾ ഉയർത്തിപ്പിടിക്കുകയും ചെയ്യുന്നു.

---

4. എം ഗോവിന്ദൻ: *എം ഗോവിന്ദന്റെ ഉപന്യാസങ്ങൾ*
5. Eric Fromm: *Beyond the chains of illusion.*
6. അതേ പുസ്തകം.

ഭരണകൂടത്തിന്റെ അനുശാസനങ്ങളെ അവഗണിക്കുവാൻ കലാകാരനു കഴിയാതെ വരുമ്പോൾ കലാകാരന്റെ മരണം സംഭവിക്കുന്നു. വിപ്ലവത്തിനുശേഷമുള്ള സോവിയറ്റ് റഷ്യയുടെ കവിതാചരിത്രം അതാണ് സൂചിപ്പിക്കുന്നത്. സ്റ്റേറ്റിന്റെ നിർദ്ദേശങ്ങളനുസരിച്ചു കാവ്യരചന നിർവ്വഹിക്കുവാൻ കഴിയാതെ സോവിയറ്റ് റഷ്യയിലെ കവികൾ ദുരന്ത നിശ്ശബ്ദതയിലേക്കു വീഴുകയും സ്വയം നശിപ്പിക്കുകയും ചെയ്തു. വിപ്ലവത്തിന്റെ സൂര്യതേജസ്സ് പ്രസരിപ്പിച്ച കവികളുടെ കാവ്യജീവിതം വിപ്ലവത്തിനുശേഷം അപചയത്തിലേക്കു നീങ്ങുകയുണ്ടായി. ബ്ലോക്ക് ഹൃദയം വ്രണപ്പെട്ടു മരണമടഞ്ഞു. എസ്‌ളിനും മയക്കോവ്യസ്കിയും സ്വയം നശിപ്പിച്ചു. മയക്കോവ്യസ്കി ജീവിതത്തിന്റെ അവസാന വർഷങ്ങളിൽ വലിയ ആത്മസംഘർഷമനുഭവിച്ചുവെന്ന് ഈ നൂറ്റാണ്ടിലെ രാഷ്ട്രീയ കവിതയെക്കുറിച്ചു മികച്ച ഒരു ഗ്രന്ഥമെഴുതിയ സി എം ബൗറ ചൂണ്ടിക്കാണിച്ചിട്ടുണ്ട്[7]. സ്വന്തം മനസ്സിന്റെ ആവശ്യമനുസരിച്ചു യഥാർത്ഥ കവിതയെഴുതണമെന്ന ശക്തമായ ആന്തരികപ്രേരണയും ദേശീയമായ ആവശ്യത്തിനുവേണ്ടി കവിതയെഴുതണമെന്ന ഭരണകൂടത്തിന്റെ അനുശാസനവും സൃഷ്ടിച്ച സംഘർഷമാണ് അദ്ദേഹത്തിനു സ്വയം നശിപ്പിക്കുവാനുള്ള ഇരുണ്ട പ്രേരണ നല്കിയത്. അധികാരകേന്ദ്രങ്ങളുടെ കടുത്ത നിയന്ത്രണങ്ങൾ സർഗ്ഗാത്മകതയുടെ ഉറവ വറ്റിച്ചു കളയുമെന്നാണ് റഷ്യൻ കവിതയുടെ ചരിത്രം വിളംബരം ചെയ്യുന്നത്.

ഒരു രാഷ്ട്രീയ കവി ഭൂതകാലത്തിന്റെ തടവുകാരനല്ല. വർത്തമാന കാലത്തിന്റെ പാട്ടുകാരനാണ്. മഹർഷിയുടെ ആന്തരിക വിശുദ്ധിയോടും സൂക്ഷ്മതയോടും സ്വാതന്ത്ര്യത്തോടും കൂടിയാണ് യഥാർത്ഥ കവികൾ മനുഷ്യ സ്വാതന്ത്ര്യത്തെ സംബന്ധിക്കുന്ന രാഷ്ട്രീയ പ്രശ്നങ്ങൾ കവിതയിൽ അവതരിപ്പിക്കുന്നത്. രാഷ്ട്രീയ പ്രശ്നങ്ങൾ കവികളുടെ പ്രാർത്ഥനയുടെ ഭാഗമായി മാറുന്നു. കവിത സത്യത്തിന്റെ മിഥ്യാരൂപമായതു കൊണ്ട് കവികൾ രാഷ്ട്രീയ യാഥാർത്ഥ്യങ്ങളെ സർഗ്ഗപരമായ പരിണാമത്തിനു വിധേയമാക്കുന്നു. പ്രവാചകവീര്യത്തോടെ തന്റെ കാലത്തിന്റെ ആന്തരികവ്യഥകളറിയുന്ന കവി വർത്തമാനകാല രാഷ്ട്രീയ വ്യസനങ്ങളെ മനുഷ്യന്റെ പ്രാചീനാനുഭവങ്ങളുമായി ബന്ധിപ്പിച്ച കവിതയുടെ മാനം വർദ്ധിപ്പിക്കുന്നു.

സമകാലികമായ ജീവിതത്തിന്റെ പൊരുത്തക്കേടുകളും ദുഷിച്ച അധികാരം സൃഷ്ടിച്ച നൈതിക സംഘർഷങ്ങളും പ്രാചീനകാലത്തെ മനുഷ്യാനുഭവങ്ങളുമായി ഇണക്കിച്ചേർത്തു സമർത്ഥമായി ആദ്യമവതരിപ്പിച്ച മലയാളകവി കുഞ്ചൻനമ്പ്യാരാണ്. മലയാളത്തിലെ ആദ്യത്തെ രാഷ്ട്രീയകവി എന്നു വിശേഷിപ്പിക്കാവുന്ന നമ്പ്യാർ അക്കാലത്തെ മനുഷ്യാവസ്ഥയുടെ ദുരന്ത സംഘർഷം തന്റെ കോലംതുള്ളൽക്കവിതകളിലൂടെ ഹാസ്യാത്മകമായി ആവിഷ്കരിച്ചു. രാഷ്ട്രീയാധികാരം എങ്ങനെ

7. C M Bowra: *Poetry & Politics 1900 - 1960*

മനുഷ്യനെ ദുഷിപ്പിക്കുന്നുവെന്നും മനുഷ്യസംസ്കാരത്തെ അത് എപ്രകാരം നശിപ്പിക്കുന്നുവെന്നും അദ്ദേഹം തന്റെ വികടത്തം നിറഞ്ഞ കാവ്യഭാവനയിലൂടെ വെളിപ്പെടുത്തി. സമകാലിക സമുദായം അനുശാസിച്ച മൂല്യസങ്കല്പങ്ങളെയും സദാചാര സങ്കല്പങ്ങളെയും സർഗ്ഗാത്മകമായ അക്രമവാസനയോടെ കുഴച്ചുമറിച്ച നമ്പ്യാർ പുരാണ കഥാപാത്രങ്ങളുടെ കോമിക് രൂപങ്ങളിലൂടെ മനുഷ്യന്റെ അവസ്ഥ ഏറ്റവും സത്യസന്ധമായി പ്രത്യക്ഷപ്പെടുത്തി. ക്ഷോഭം നിറഞ്ഞ ചിരികൊണ്ടു തന്റെ കാലത്തെ ഉണർത്തിയ, ബുദ്ധിപരമായി ഇളക്കിമറിച്ച കവിയാണു കുഞ്ചൻനമ്പ്യാർ. പുരാവൃത്തത്തിന്റെ ഘടനയിലൂടെ സ്വാതന്ത്ര്യത്തെ സംബന്ധിക്കുന്ന രാഷ്ട്രീയപ്രശ്നങ്ങൾ ധ്വനിപ്പിച്ചതുകൊണ്ടു കവിതയുടെ അർത്ഥവും മാനവും വർദ്ധിക്കുകയും ചെയ്തു.

ആധുനികഘട്ടമെത്തുമ്പോൾ മൂല്യങ്ങൾ കീഴ്മേൽ മറിയുകയും സാംസ്കാരികജീവിതം അപകടകരമായ വിധത്തിൽ ജീർണ്ണിക്കുകയും രാഷ്ട്രീയരംഗം കോമാളിത്തത്തിന്റെ തലത്തിലെത്തുകയും ചെയ്തു. മനുഷ്യവംശത്തിന്റെ ഭാവിയെക്കുറിച്ചു യാതൊരു ഉൽക്കണ്ഠയുമില്ലാതെ ഭരണകൂടങ്ങൾ ഉന്മാദത്തിന്റെ അവസ്ഥയിലേക്കു നീങ്ങുന്നതാണു നാം കാണുന്നത്. അധികാരം നിലനിർത്തുവാൻവേണ്ടി ഭ്രാന്താലയങ്ങളും ആശുപത്രികളും കോളേജുകളും നിർമ്മിച്ചു തങ്ങൾക്കനുകൂലമായ അന്തരീക്ഷം നിലനിർത്തുവാൻ ആധുനിക ഭരണകൂടങ്ങൾ ശ്രമിക്കുന്നതായി ഒരു പ്രമുഖ ചിന്തകൻ അഭിപ്രായപ്പെടുന്നു. അനുനയത്തിന്റെയും ആയുധത്തിന്റെയും മാർഗ്ഗങ്ങളുപയോഗിച്ചു രാഷ്ട്രീയാധികാരം മനുഷ്യന്റെ സ്വാതന്ത്ര്യത്തെ നശിപ്പിക്കുന്നതിൽ മത്സരിക്കുകയാണ്. ഇതൊക്കെ ലോകമെമ്പാടും കാണുന്ന സ്വഭാവമാണ്. നരബലി ആവശ്യപ്പെടുന്ന ഭദ്രകാളികളായ ഭരണകൂടങ്ങൾക്കെതിരെ ഇരുപതാം നൂറ്റാണ്ടിലെ കവികൾ കഠിനമായ പ്രതിഷേധം പ്രകടിപ്പിച്ചു. മുമ്പ് കാല്പനിക കവികളും ഭരണകൂടത്തിന്റെ തിന്മകൾക്കുനേരെ നിറയൊഴിച്ചിട്ടുണ്ട്. ഇന്നത്തെ കവിത ഭ്രാന്തിളകിയ ഭരണകൂടങ്ങളെ ഒറ്റയ്ക്കുനിന്ന് ആക്രമിക്കുന്നു. നെരൂദയും മറ്റു ലാറ്റിനമേരിക്കൻ കവികളും അധികാരത്തിന്റെ ക്രൂരതകളെ വാക്കുകളുടെയും ബിംബങ്ങളുടെയും അസ്ത്രങ്ങൾകൊണ്ടു നേരിടുകതന്നെ ചെയ്തു. യുദ്ധത്തിനെതിരെയുള്ള ഒരു അന്തഃകരണസാക്ഷികനായ ആക്ഷേപകനായി (Conscientious Objector) സ്വയം പ്രഖ്യാപിച്ച അമേരിക്കൻ കവി റോബർട്ട് ലോവലും ഭരണകൂടത്തിന്റെ നീതികേടുകൾക്കെതിരെ വ്യാധിയോടെ പാടിയ കവിയാണ്.

ആധുനിക മലയാള കവിതയിലും ഈ സ്വഭാവമുണ്ട്. അഗാധമായ സ്വകാര്യഖേദങ്ങളിലൂടെ ഈ വാഴ്വിന്റെ നിസ്സാരതയെച്ചൊല്ലിയുള്ള വ്യഥ ആധുനിക കവിത പ്രകാശിപ്പിക്കുന്നു. അതോടൊപ്പം സ്വാതന്ത്ര്യം നഷ്ടപ്പെട്ടവന്റെ തീവ്ര വ്യസനങ്ങളും അതു പുറത്തുകൊണ്ടുവരുന്നു. ഇന്ത്യൻ വർത്തമാനത്തിന്റെ സ്ഫോടകഭാവങ്ങൾ ഇന്നത്തെ കവിതയുടെ ധമനികളിൽ സംഭൃതമായിരിപ്പുണ്ട്. രാഷ്ട്രീയ യാഥാർത്ഥ്യങ്ങൾ കവിതയുടെ

മൗലികഭാവമായി മാറുന്നു. ഏതോ കിരാതദൈവത്തിനു ബലിനല്കപ്പെട്ട ജീവിതമാണ് ഇന്നത്തെ മനുഷ്യന്റെ ജീവിതമെന്നു കവികൾ ഭീതിയോടെ ഭാവന ചെയ്യുന്നു. പട്ടു പുതച്ചു കിടക്കുന്ന ഓരോ വാക്കും പൊക്കിനോക്കുമ്പോൾ വെട്ടിനുറുക്കപ്പെട്ട ശവത്തിന്റെ ഗന്ധമുയരുന്നു വെന്നു കവികൾ അറിയുന്നു. രാഷ്ട്രീയവ്യവസ്ഥ സൃഷ്ടിച്ച ദുരവസ്ഥ നമ്മുടെ ജീവിതത്തിന്റെ വിശുദ്ധി മുഴുവൻ നഷ്ടപ്പെടുത്തിയെന്നു കവി കൾ ഭംഗിയായി സൂചിപ്പിക്കുകയാണ്. ആധുനിക കവിതയിലെ രാഷ്ട്രീ യമായ അർത്ഥ സൂചനകളെ ആർക്കും കണ്ടില്ലെന്നു നടിക്കുവാനാകില്ല.

പുതിയ ഘട്ടത്തിലെ കവികൾ തീവ്രമായ രാഷ്ട്രീയാനുഭവങ്ങളും മനുഷ്യ സ്വാതന്ത്ര്യത്തെ സംബന്ധിക്കുന്ന സമസ്യകളും നേരിട്ടു ചിത്രീ കരിച്ചില്ല. പ്രത്യക്ഷത്തിൽ കാണുന്ന 'സാമൂഹിക പ്രശ്നങ്ങൾ' അവർ ചിത്രീകരിച്ചതുമില്ല. വാസ്തവികലോകത്തിന്റെ പിന്നിലെ സൂക്ഷ്മവും ആന്തരികവുമായ വാസ്തവങ്ങളാണു പുതിയ കവികൾ പ്രകാശിപ്പിച്ചത്. മനുഷ്യരാശിയുടെ ആത്യന്തിക സ്വാതന്ത്ര്യമാണ് കലാകാരൻ ലക്ഷ്യ മാക്കുന്നത്. സമകാലികമായ രാഷ്ട്രീയ പ്രശ്നങ്ങളിലൂടെ മനുഷ്യന്റെ മൗലികമായ സ്വാതന്ത്ര്യത്തെക്കുറിച്ചാണു നല്ല കവി പാടുന്നതെന്നർത്ഥം. ഉദാത്തമായ കല ഒരു പ്രത്യേക രാഷ്ട്രീയ പ്രശ്നത്തെ മനുഷ്യവർഗ്ഗ ത്തിന്റെ തന്നെ ധാർമ്മികമായ ധർമ്മസങ്കടമായി പരിണമിപ്പിക്കുന്നുവെന്നു സാർത്രിന്റെ രാഷ്ട്രീയ നാടകങ്ങളെക്കുറിച്ചെഴുതിയപ്പോൾ ഒരു വിമർശ കൻ അഭിപ്രായപ്പെട്ടതു വളരെ സത്യമാണ്[8].

കവിതകളിലും ഇന്നത്തെ രാഷ്ട്രീയമായ വിഷമപ്രശ്നങ്ങൾ മനു ഷ്യവർഗ്ഗത്തിന്റേതന്നെ ധർമ്മസങ്കടമായി മാറുന്നുണ്ട്. രാഷ്ട്രീയ യാഥാർത്ഥ്യങ്ങളെ മറ്റൊരു തലത്തിലേക്കു പരിണമിപ്പിക്കുവാൻ നമ്മുടെ ആധുനിക കവിതകൾക്കു കഴിഞ്ഞു. എന്നാൽ അൻപതുകളിൽ പ്രത്യ ക്ഷമായിത്തന്നെ സാമൂഹിക-പ്രശ്നങ്ങളും രാഷ്ട്രീയ പ്രശ്നങ്ങളും ആവേശത്തോടും വിപ്ലവാഭിമുഖ്യത്തോടുംകൂടി കവിതയിൽ അവതരി പ്പിച്ച കാല്പനികതയുടെ അപചയഘട്ടത്തിലെ കവികൾക്ക്, രാഷ്ട്രീയ യാഥാർത്ഥ്യത്തെ മനുഷ്യന്റെ ആത്യന്തികമായ സ്വാതന്ത്ര്യത്തിന്റെ പ്രശ്നമാക്കി മാറ്റുവാൻ സാധിച്ചില്ല. 'ജീവിതഗന്ധവും മണ്ണിന്റെ മണവും' ഉപരിപ്ലവമായ സംഗീതവും വേണ്ടുവോളമുണ്ടായിരുന്നിട്ടും ആ രാഷ്ട്രീയ കവിതകൾ നമ്മുടെ മനസ്സിൽ നിത്യമായ അശാന്തി ജനിപ്പിക്കാതെയും ആഴത്തിൽ സ്പർശിക്കാതെയും പോയത് അവയിൽ യാഥാർത്ഥ്യത്തിന്റെ പ്രത്യക്ഷവശം മാത്രമേ ഉണ്ടായിരുന്നുള്ളൂ എന്നതുകൊണ്ടാണ്.

അധികാരം സൃഷ്ടിച്ച നൈതിക പ്രശ്നങ്ങൾ ആധുനിക സാഹിത്യ കലയിലൂടെ പുറത്തുവന്നപ്പോൾ മറ്റൊന്നായി മാറുന്നതാണു നാം കാണു ന്നത്. ചിലപ്പോൾ പരുക്കൻ രാഷ്ട്രീയ യാഥാർത്ഥ്യങ്ങൾ ദുരന്താത്മക മായ ചിരിയായി പുറത്തുവരുന്നു. പ്രാചീനമായ അസംബന്ധപ്പാട്ടുകളുടെ

---

8. Maurice Cranston: *Sartre*

ഘടനയും താളവും നിലനിർത്തിക്കൊണ്ടു സമകാലിക രാഷ്ട്രീയ പ്രശ്നങ്ങൾ ധ്വനിപ്പിച്ചു കേൾപ്പിക്കുന്ന രീതി ചില കവികൾ പിന്തുടരുന്നു. ചരിത്രത്തിലെയും മിത്തോളജിയിലെയും പ്രാചീനമായ മനുഷ്യാനുഭവങ്ങളുമായി രാഷ്ട്രീയ വ്യസനങ്ങളെ ലയിപ്പിച്ചു വിചിത്രമായ സൗന്ദര്യം സൃഷ്ടിക്കുന്ന കവികളും പുതിയ ഘട്ടത്തിലുണ്ട്. അപ്പോൾ രാഷ്ട്രീയ കവിതയ്ക്ക് അനുഭവത്തിന്റെ പല തലങ്ങളെ സ്പർശിക്കുവാൻ കഴിയുന്നു.

ജനകീയ മുന്നേറ്റങ്ങളെ ആവേശം കൊള്ളിക്കുന്ന കൃത്രിമക്കണ്ണീരുള്ള വിപ്ലവകവിതയല്ല പുതിയ കവികൾ രചിച്ചത്. തന്നോടുതന്നെ ഫലിതം പറയുന്ന മട്ടിൽ അവർ പ്രകടിപ്പിക്കുന്ന യാഥാർത്ഥ്യങ്ങളെ ചിത്രീകരിക്കുകയാണു ചെയ്തത്. കവികൾ ഫലിതത്തിന്റെ ഖഡ്ഗങ്ങൾകൊണ്ടു നമ്മുടെ സാംസ്കാരിക ജീവിതത്തെ ഒരു ശസ്ത്രക്രിയയ്ക്കു വിധേയമാക്കിയെന്നു പറയാം. തീപിടിച്ച മേല്ക്കൂരയ്ക്കു താഴെ സംഭ്രമിച്ചു നില്ക്കുന്ന ആധുനിക മനുഷ്യനെ കവികൾ കാണിച്ചു തരുന്നു. അവർ ആയുധക്കൂമ്പാരത്തിന്റെ കരിനിഴലിൽ ചകിതനായി നിന്നുകൊണ്ടു ക്രൂരമായ ഫലിതങ്ങൾ പറയുന്നു. മനുഷ്യരാശി നേരിടുന്ന മഹാവിനാശത്തെക്കുറിച്ചു നമ്മെ ഓർമ്മിപ്പിക്കുന്ന ആധുനിക കവിത ഇന്നത്തെ രാഷ്ട്രീയ ദുരന്തത്തെ അഗാധമായി സ്പർശിക്കുന്നുവെന്നു തീർത്തു പറയാം.

തീർത്തും കോമാളിത്തമായി മാറിക്കഴിഞ്ഞ നമ്മുടെ രാഷ്ട്രീയ സംസ്കാരത്തെ പത്രഭാഷയിലും പ്രസംഗശൈലിയിലും അഭിമുഖ സംഭാഷണശൈലിയിലും ചിത്രീകരിച്ചു തമാശയുടെ ബോംബുകൾ പൊട്ടിക്കുകയാണു കവികൾ. വിപരീതാർത്ഥം ദ്യോതിപ്പിക്കുന്ന കറുത്ത പ്രാർത്ഥനകൾ പല കവികളും ചൊല്ലുന്നുണ്ട്. കവിതയിൽ ഐറണിയുടെ സാദ്ധ്യതകൾ പരമാവധി ചൂഷണം ചെയ്ത കവികൾ അതിനെ ശക്തമായ ഒരായുധമായി ഉപയോഗിച്ചു. ഇരട്ട വായ്ത്തലയുള്ള വാൾ (double edged sword) എന്നാണ് ഐറണിയെ ഒരു പാശ്ചാത്യ നിരൂപകൻ വിശേഷിപ്പിച്ചത്.[9] ഫലിതത്തിന്റെ ആഴം വ്യക്തമാക്കിയവരാണ് ഈ ആധുനിക കവികൾ.

9. Walter Weidell: *The Art of Bertolt Brecht*

കവിതയുടെ പിതൃഭൂമി

കവിത പാരമ്പര്യത്തിന്റെ താളവും ഗീതവുമാണ്. സ്വന്തം നാടിന്റെ സാംസ്കാരിക പൈതൃക (Cultural Heritage) ത്തിൽനിന്നു സൂചകങ്ങളും ചിഹ്നങ്ങളും സ്വീകരിച്ചാണ് അത് ശക്തിയും സൗന്ദര്യവുമാർജ്ജിക്കുന്നത്. വളർച്ചയ്ക്കാവശ്യമായ ഊർജ്ജം നരവംശത്തിന്റെ പൊതുസ്വത്തായ മിഥോളജിയിൽനിന്ന് അത് വലിച്ചെടുക്കുകയും ചെയ്യുന്നു. ഭൂമിയിൽ വേരുകളാഴ്ത്തി നില്ക്കുന്ന വൃക്ഷത്തെപ്പോലെതന്നെയാണ് കവിതയും. പൈതൃകത്തിന്റെ ഭൂമിയിൽ അതു വേരുകൾ പായിച്ചുനില്ക്കുന്നു. ഒരു കേരളീയ കവിയിൽ ഭാരതീയ പൈതൃകത്തോടൊപ്പം കേരളത്തിന്റെ സാംസ്കാരിക ചൈതന്യവും നിറഞ്ഞുനില്ക്കുന്നുണ്ട്. സാംസ്കാരിക പിതൃഭൂമിയെ നിരാകരിച്ചുകൊണ്ട് ഒരു കവിക്കും രചന നിർവ്വഹിക്കുവാനാകില്ല. എന്നാൽ കവിത പാരമ്പര്യത്തിന്റെ യാന്ത്രികമായ ആവർത്തനമല്ല. കവികൾ പൈതൃകത്തെ സാഹസികമായി ഉടച്ചുവാർക്കുകയും അതിന്റെ ജീർണ്ണിച്ച വശങ്ങളെ ആക്രമിക്കുകയും അതിൽ അന്തർല്ലീനമായ ചൈതന്യത്തെ ഉണർത്തുകയും ചെയ്യുന്നു. അങ്ങനെ സ്വന്തം രചനകളിലൂടെ പുതിയൊരു കാവ്യപാരമ്പര്യത്തിന് പിറവി കൊടുക്കുകയും ചെയ്യുന്നു. എല്ലാകാലത്തും കവിതയിൽ ഇതാണ് സംഭവിക്കുന്നത്.

വേദങ്ങളും ഇതിഹാസങ്ങളും പുരാണങ്ങളും സൃഷ്ടിച്ചതു മാത്രമല്ല പാരമ്പര്യം. ഒരു നാട്ടിലെ പുരാവൃത്തങ്ങളും ഐതിഹ്യങ്ങളും നാടോടിക്കഥകളും പഴഞ്ചൊല്ലുകളും പ്രാക്തനവിശ്വാസങ്ങളുമെല്ലാം അതിലുൾപ്പെടുന്നു. ഇവയെല്ലാം സമൂഹബോധത്തിൽ ലയിച്ചുകിടക്കുന്നവയാണ്. മനുഷ്യവർഗ്ഗം അതിന്റെ ഭൂതകാല സംസ്കാരത്തെ ബോധപൂർവ്വമല്ലാതെ ഉൾക്കൊണ്ടിരിക്കുന്നുവെന്ന് ആധുനിക മനഃശാസ്ത്രം പറ

യുന്നു. നാടിന്റെ അബോധത്തിലെ ഈ ശക്തിവിശേഷം കലയിൽ വലിയ സ്വാധീനം ചെലുത്തുന്നുണ്ട്. പാരമ്പര്യം കവികൾ ബോധപൂർവ്വം നേടിയെടുക്കുന്ന ഒന്നല്ല. അതു അബോധപരമായി ഉൾക്കൊള്ളുന്നതാണ്. തന്റെ ഉള്ളിൽത്തന്നെ മറഞ്ഞുകിടക്കുന്ന വർഗ്ഗസ്മരണകളെ, പ്രാക്തന സ്മൃതികളെ ഒരു കവിക്ക് ബോധപൂർവ്വമായ പഠനത്തിലൂടെയും അന്വേഷണത്തിലൂടെയും വികസിപ്പിച്ചെടുക്കുവാൻ സാധിക്കും. ഉള്ളിൽത്തന്നെയുള്ള ഈ ശക്തിവിശേഷത്തിന്റെ പിടിയിൽനിന്നു വിട്ടുനിന്നുകൊണ്ട് രചന നിർവ്വഹിക്കുവാൻ ഒരു കവിക്ക് കഴിയില്ല.

ഒരു കവി സ്വാതന്ത്ര്യത്തിന്റെ ആനന്ദലഹരിയനുഭവിച്ചുകൊണ്ട് സൃഷ്ടി നടത്തുമ്പോഴും അയാളെ പൈതൃകത്തിന്റെ കണ്ണികൾ ബന്ധിക്കുന്നു. എന്നാൽ പൈതൃകം ജഡമായ ഒരു ചങ്ങലക്കെട്ടല്ല. അത് ചലനാത്മകമാണ്, ചൈതന്യമാണ്, ശക്തിയാണ്. വർത്തമാനകാല ജീവിതത്തിന്റെ ആന്തരിക ഭാവങ്ങൾ അവ ഉൾക്കൊള്ളുന്നു എന്നതാണ് പ്രധാനപ്പെട്ട കാര്യം. ടി എസ് എലിയട്ട് ചൂണ്ടിക്കാണിച്ചതുപോലെ പാരമ്പര്യം എഴുത്തുകാരന് കാലത്തിലുള്ള തന്റെ സ്ഥാനത്തെക്കുറിച്ചും തന്റെ സമകാലീനതയെക്കുറിച്ചും ഏറ്റവും സൂക്ഷ്മമായ ബോധം നല്കുന്നു.[1] ഇന്നുവരെയുള്ള മനുഷ്യവർഗ്ഗത്തിന്റെ അനുഭവങ്ങളുടെ അവക്ഷിപ്തം തന്നെയാണ് പാരമ്പര്യം. ഭൂതകാലത്തെക്കുറിച്ചുള്ള അവബോധമാണത്. ഈ പൈതൃകത്തിന് പുതിയ കാലത്തിനു യോജിക്കുന്ന ഭാഷ്യങ്ങൾ ചമയ്ക്കുകയാണ് കവികൾ. പാരമ്പര്യത്തിന്റെ നാവുകൊണ്ട് പാടുമ്പോഴാണ് കവിതയ്ക്ക് മാന്ത്രികമായ ശക്തി ലഭിക്കുന്നത്. കവികളുടെ ഉപകരണമായ വാക്കുകളിലും പാരമ്പര്യത്തിലെ മനുഷ്യാനുഭവങ്ങളുടെ നനവ് പുരണ്ടിട്ടുണ്ട്. സൃഷ്ടിയുടെ വേളയിൽ കവി വാക്കിനെ സ്പർശിക്കുമ്പോൾ പൈതൃകത്തിൽ ലയിച്ചുകിടക്കുന്ന സ്മൃതികളുണരുന്നു. അതുകൊണ്ട് കലാസൃഷ്ടിക്ക് സാംസ്കാരിക പൈതൃകമായുള്ള ബന്ധം ഏറ്റവും അഗാധമാണെന്നു പറയാം.

നല്ല കലാകാരൻ എപ്പോഴും സ്രഷ്ടാവ് മാത്രമല്ല, നല്ലൊരു സംഹാരകൻ (Destroyer) കൂടിയായിരിക്കും. മികച്ച കവി രചനയുടെ വേളയിൽ വഴക്കങ്ങളെയും പഴകിയ ശീലങ്ങളെയും ജീർണ്ണിച്ച യാഥാസ്ഥിതികമായ രീതികളെയും സംഹരിക്കുന്നു. തന്റെ കവിവ്യക്തിത്വത്തിന്റെ മുദ്ര പതിഞ്ഞ പുതിയ വഴികളും ലാവണ്യനിയമങ്ങളും സൃഷ്ടിക്കുകയും ചെയ്യുന്നു. നല്ല കവിപാരമ്പര്യത്തെ പാടിപ്പുകഴ്ത്തുകയല്ല, അതിനെ തന്റെ കാലഘട്ടവുമായി സർഗ്ഗപരമായി ഇണക്കിച്ചേർക്കുകയാണ്, അതിന്റെ സമകാലികമായ പ്രസക്തി അന്വേഷിക്കുകയാണ്. ഈ അന്വേഷണത്തിന്റെ ഫലമായി തന്റെ കാലത്തിനിണങ്ങുന്ന പുതിയൊരു കാവ്യപൈതൃകം സൃഷ്ടിക്കുവാൻ അയാൾക്കു കഴിയുന്നു. ഇങ്ങനെ കവികൾ സൃഷ്ടികളിലൂടെ പാരമ്പര്യത്തെ സമകാലികമാക്കി, അതിനെ ജീവ

1. T S Eliot: *Tradition and the Individual Talent.*

ചൈതന്യമാക്കി നിലനിർത്തുന്നുവെന്ന് കാണാം.

കവികൾ മിത്തുകളിലേക്കും ഐതിഹ്യങ്ങളിലേക്കും വർഗ്ഗപ്പഴമയിലേക്കും മടങ്ങിപ്പോകുന്നത് പൈതൃകത്തിന്റെ ശക്തമായ പ്രേരണകൊണ്ടുതന്നെയാണ്. വ്യക്തിപരവും സാമൂഹികവുമായ വികാരങ്ങളുടെയും ചിന്തകളുടെയും വാഹനമാണ് മിത്തുകൾ. വംശത്തിന്റെ ആദിസ്മൃതികളും ചരിത്രാനുഭവങ്ങളും മിത്തിൽ ലയിച്ചിരിക്കുന്നു. പ്രാചീന മനുഷ്യന്റെ വൈകാരിക സ്പന്ദനങ്ങൾ അവിടെയുണ്ട്. പുരാവൃത്തത്തിലെ കഥാപാത്രങ്ങൾ അമാനുഷികരോ ദൈവങ്ങളോ ആയിരിക്കും. എന്നാൽ അവയിലെ 'വെളിപാട്' 'മനുഷ്യ വിഷയ'ത്തെ സംബന്ധിച്ചാവും. മിത്തുകൾ കാലത്തെക്കുറിച്ചും വിധിയെക്കുറിച്ചും മരണത്തെക്കുറിച്ചുമൊക്കെയുള്ള വലിയ സംശയങ്ങൾ ഉന്നയിക്കുകയും അവയുടെ ഉത്തരങ്ങൾ സമർത്ഥമായി സൂചിപ്പിക്കുകയും ചെയ്യുന്നു. മിത്ത് ബോധപൂർവ്വമായ അജ്ഞതയും അബോധപൂർവ്വമായ അറിവുമാണെന്ന് മനഃശാസ്ത്രജ്ഞനായ ഫ്രോയിഡ് ചൂണ്ടിക്കാണിച്ചിട്ടുണ്ട്. മനുഷ്യവർഗ്ഗത്തിന്റെ ശൈശവകാലത്തെ അറിവാണ് മിത്തുകൾ. മിത്തിലെ കഥനാംശങ്ങൾ പ്രതീകങ്ങളാണെന്നും വിപുലമായ ചിഹ്നവ്യവസ്ഥയുടെ ഭാഗമാണെന്നും നരവംശശാസ്ത്രം രേഖപ്പെടുത്തിയിട്ടുണ്ട്. എക്കാലവും മനുഷ്യനെ അലട്ടിയ പ്രശ്നങ്ങൾ മിത്തുകൾ ഉന്നയിക്കുന്നതുകൊണ്ട് കവികൾ എപ്പോഴും അവയുടെ ചൈതന്യം തേടുന്നു. തന്റെ സാഹിത്യ ജീവിതത്തിൽ ഏറ്റവും വലിയ സ്വാധീനം ചെലുത്തിയത് ബൈബിളാണെന്ന് ബെർതോൾഡ് ബ്രഹ്ത്ത് പറഞ്ഞപ്പോൾ മിഥോളജിയുടെ പ്രാധാന്യം എടുത്തുകാട്ടുകയാണ് അദ്ദേഹം ചെയ്തത്. കവികൾ അയുക്തികമായ മിത്തിന് പുതിയ യുക്തികൾ നല്കുന്നു. മിഥോളജിയുടെ മണ്ണിലാണ് കവിത വളരുന്നതെന്നു പറയാം. ഒരു നാടിന്റെ ആത്മീയ പൈതൃകമായ പുരാവൃത്തത്തെ കവികൾ സ്വീകരിക്കുന്നത് ബോധപൂർവ്വമായ ഒരനുഷ്ഠാനം എന്ന നിലയിലല്ല. മറിച്ച് പൈതൃകത്തിന്റെ സ്വാധീനശക്തികൾക്ക് വിധേയരാകുന്ന കവികൾ അബോധാത്മകമായി പുരാവൃത്തങ്ങളിലെത്തുകയാണ്.

കവിതാ ചരിത്രം പരിശോധിച്ചാൽ എന്നും കവികൾ പൈതൃകസമ്പത്തിനെ സമർത്ഥമായി ചൂഷണം ചെയ്തിട്ടുണ്ടെന്നു കാണാം. ക്ലാസിക് കാലഘട്ടത്തിലും കാല്പനിക കാലഘട്ടത്തിലും ഇതുണ്ട്. പാശ്ചാത്യ സാഹിത്യത്തിൽ യവനപുരാണത്തിന്റെ ശക്തമായ സ്വാധീനം ഇന്നും നിലനില്ക്കുന്നു. പ്രാചീന മലയാളസാഹിത്യത്തെ നമ്മുടെ പുരാണങ്ങൾ അടക്കി ഭരിച്ചുവെന്നുതന്നെ പറയാം. ചീരാമനും ചെറുശ്ശേരിയും എഴുത്തച്ഛനും കുഞ്ചൻനമ്പ്യാരും ഉണ്ണായിവാര്യരുമെല്ലാം ഭാരതീയ പുരാണങ്ങളെയും നമ്മുടെ സാംസ്കാരിക പൈതൃകത്തെയും തങ്ങളുടെ സ്വത്വത്തിന് യോജിച്ച വിധത്തിൽ പുനഃസൃഷ്ടിക്കുകയാണ് ചെയ്തതെന്ന കാര്യത്തിൽ ആർക്കും തർക്കമില്ല. മാത്രമല്ല ആ കവികളുടെ കാവ്യഭാഷയുടെ അടിവേരുകൾ ദ്രാവിഡമായ പാട്ടുപാരമ്പര്യത്തിലാണ് ആഴ്ന്നിറങ്ങിയിട്ടുള്ളതെന്നും ചരിത്രകാരന്മാർ സംശയരഹിതമായി വ്യക്തമാക്കി

യിട്ടുണ്ട്. കാല്പനികകവിതയുടെയും ഉപരിതലത്തിനിടയിൽ പാരമ്പര്യത്തിന്റെ സ്പന്ദനങ്ങളുണ്ട്. ഇതിഹാസങ്ങളെ ഉപജീവിച്ചെഴുതപ്പെട്ട കാവ്യങ്ങളിൽ മാത്രമല്ല സ്വതന്ത്രമായ ഇതിവൃത്തങ്ങൾ സ്വീകരിച്ച് രചിക്കപ്പെട്ട കൃതികളിലും വേദങ്ങളിൽനിന്നും ഉപനിഷത്തുക്കളിൽ നിന്നുമുള്ള പ്രകാശം നിറഞ്ഞുനില്ക്കുന്നു. കുമാരനാശാന്റെയും വള്ളത്തോളിന്റെയും കല്പനകളിലും അലങ്കാരങ്ങളിലുമൊക്കെ ഉപനിഷത്തുക്കളിൽനിന്ന് ഒഴുകിയെത്തിയ അമൃതധാര ഒരന്തർവാഹിനിയായി നീങ്ങുന്നതു കാണാം. ചങ്ങമ്പുഴയുടെയും വൈലോപ്പിള്ളിയുടെയും ഇടശ്ശേരിയുടെയും കവിതകളുടെ അടിത്തട്ടിൽ നാടോടിയായ കലാപാരമ്പര്യത്തിലെ പല അംശങ്ങളും ഉറഞ്ഞുകൂടി കിടപ്പുണ്ട്. കവിതയിൽത്തന്നെ മുലപ്പാലൂട്ടിയത് വടക്കൻ പാട്ടാണെന്നും തന്റെ മുറ്റത്തു തത്തുന്ന കരിയിലാം പീച്ചിക്കുടുംബത്തെ സചേതനമായി കവിതയിൽ അവതരിപ്പിക്കുവാൻ കഴിഞ്ഞാൽ ധന്യതയായെന്നും വൈലോപ്പിള്ളി രേഖപ്പെടുത്തിയപ്പോൾ നാടോടി സംസ്കാരവുമായുള്ള തന്റെ കവിതയുടെ ആത്മബന്ധം വെളിവാക്കുകയാണ് ചെയ്തത്.

സാംസ്കാരിക പൈതൃകവുമായുള്ള കവിയുടെ ഈ സുദൃഢമായ ബന്ധം ആധുനിക കാലത്ത് തകർന്നുവെന്ന് പല പ്രമുഖ വിമർശകരും കരുതുന്നു. ആധുനിക മലയാള കവിത പാരമ്പര്യവുമായുള്ള നാഭീ നാള ബന്ധം മുറിച്ചുകളഞ്ഞുവെന്ന ആരോപണം യാഥാസ്ഥിതിക വിമർശകർ ആവർത്തിച്ചുന്നയിച്ചിട്ടുണ്ട്. ഈ ആരോപണം സത്യവിരുദ്ധമാണ്. ആധുനിക കവിത പാരമ്പര്യത്തെ പാടേ തിരസ്കരിച്ചിട്ടില്ല. അതിൽ കേരളത്തിന്റെ പ്രാക്തന കലാ സംസ്കാരത്തിൽനിന്നുള്ള സൂചകങ്ങളും ചിഹ്നങ്ങളും നിറഞ്ഞുനില്ക്കുന്നു. മലയാള മണ്ണിന്റെ വ്യസനവും സംഗീതവും അതുൾക്കൊള്ളുന്നു. പടിഞ്ഞാറൻ സൗന്ദര്യസങ്കല്പങ്ങളുടെ സ്വാധീനത്തിന് വിധേയമായപ്പോഴും ആധുനികത മലയാണ്മയുടെ നാടോടിയായ കാവ്യപൈതൃകവുമായി ആഴത്തിൽ ബന്ധപ്പെട്ടു. നമ്മുടെ പ്രാചീനമായ പാട്ടുകളിലെ താളലഹരിയും ഐതിഹ്യങ്ങളിലെ ഭ്രമകല്പനകളും കടങ്കഥകളുടെ വിചിത്ര ഘടനയും കവിത ആഹ്ലാദത്തോടെ സ്വീകരിച്ചു. നാടോടിയായ കലാസംസ്കാരമാണ് ആധുനിക കവിതയുടെ പിതൃഭൂമി. പൊതുവേ പറഞ്ഞാൽ കവിതയുടെ തായ്‌വേര് തിരയുന്നവരാണ് ആധുനിക കവികൾ. നാടോടി മനസ്സ് ആധുനിക കവിതയുടെ പിന്നിലുണ്ട്. അടിവരയിട്ടു പറയേണ്ട കാര്യങ്ങളാണിവ.

ആധുനിക കവിത നിരാകരിച്ചത് പാരമ്പര്യത്തെയല്ല. പഴകിയ ശീലങ്ങളെയാണ്. യാഥാസ്ഥിതികമായ സാഹിത്യ സങ്കല്പനങ്ങളെയാണ്. 'പഴകിയ ശീലംപോലെ ഒരു ബന്ധനം ലോകത്തില്ല' എന്ന് വൈലോപ്പിള്ളിയെപ്പോലെ ആധുനിക കവികളും വിശ്വസിച്ചു. ചങ്ങമ്പുഴയുടെ മധുര കോമളകാന്ത പദാവലികളുടെയും കാവ്യശൈലിയുടെയും തടവുകാരായ കവികൾ സൃഷ്ടിച്ച ജീർണ്ണിച്ച കാല്പനിക പാരമ്പര്യത്തെയാണ് നവീന കവികൾ തിരസ്കരിച്ചത്. കവിതയിൽ നിലവിലിരുന്ന ആചാരങ്ങളെ

അക്രമാസക്തമായി അവർ ലംഘിച്ചു. സംവേദനശക്തി നഷ്ടപ്പെട്ട മൃതമായ കാവ്യരൂപങ്ങളെ അവർ തകർത്തു. ചങ്ങമ്പുഴയുടെ അനുകർത്താക്കൾ സൃഷ്ടിച്ച കൃത്രിമവും വർണ്ണശബളവുമായ കാവ്യഭാഷയുടെ പട്ടുടുപ്പുകൾ അവരുപേക്ഷിച്ചു. മലയാളത്തനിമയും കാവ്യഭാഷയുടെ നഷ്ടപ്പെട്ട പരുഷ പ്രകൃതിയും വീണ്ടെടുക്കുവാൻ ആധുനിക കവികൾ പ്രാചീനമായ പാട്ടുകളിലെ ഭാഷയും ശൈലിയുമാണ് തെരഞ്ഞെടുത്തത്. കേരളീയ പുരാവൃത്തങ്ങളിലും പഴങ്കഥകളിലും നാടോടിക്കലകളിലും നിറഞ്ഞുനിന്ന ചൈതന്യത്തെ പുതിയ കാലത്തിന്റെ ആന്തരികതയുമായി ബന്ധിപ്പിക്കുകയാണ് അവർ ചെയ്തത്. പാണപ്പാട്ടിന്റെയും പുള്ളുവപ്പാട്ടിന്റെയും തോറ്റംപാട്ടിന്റെയും പ്രാചീന കാവ്യസംസ്കാരത്തെ വർത്തമാനകാലവുമായി ഇണക്കിച്ചേർത്ത് കവികൾ പുതിയ കല സൃഷ്ടിച്ചുവെന്നുതന്നെ പറയാം. ആഫ്രിക്കൻ കവിതയിൽ നീഗ്രോത്വം (Negritude) എന്ന സ്വഭാവത്തിനു മുൻതൂക്കമുള്ളതുപോലെ, ആധുനിക മലയാള കവിതയിൽ 'ദ്രാവിഡത്വം' എന്നു വിശേഷിപ്പിക്കാവുന്ന സ്വഭാവത്തിന് മുൻതൂക്കമുണ്ട്. ആധുനിക കവിതയുടെ അബോധാത്മകമായ ലക്ഷ്യം (Unconscious Intention) ആദിമമായ കാവ്യപാരമ്പര്യത്തെ സംരക്ഷിക്കുക എന്നതുതന്നെയാണ്. സർഗ്ഗാത്മക സാഹിത്യം മിത്തുകളുമായി അടുക്കുകയാണെന്നും പുതിയ 'മിത്തോളജിക്കൽ' സാഹിത്യം ഉണ്ടായിക്കൊണ്ടിരിക്കുകയാണെന്നും റിച്ചാർഡ് ചെയ്സ് എന്ന വിമർശകൻ അഭിപ്രായപ്പെട്ടിട്ടുണ്ട്.[2] ആധുനിക മലയാള കവിതയിലും 'മിഥോളജിക്കൽ' എന്നു വിശേഷിപ്പിക്കാവുന്ന കവിതകളാണ് കൂടുതലുള്ളത്. എം ഗോവിന്ദൻ, അയ്യപ്പപ്പണിക്കർ, കടമ്മനിട്ട, ജി കുമാരപിള്ള, സച്ചിദാനന്ദൻ, കുഞ്ഞുണ്ണി, ഡി വിനയചന്ദ്രൻ തുടങ്ങിയവരുടെ കവിതകൾ പരിശോധിച്ചാൽ ഇക്കാര്യം ബോദ്ധ്യപ്പെടും.

ആധുനിക കാലത്തെ മനുഷ്യാവസ്ഥയുടെ ദുരന്ത വൈരുദ്ധ്യങ്ങൾ ആവിഷ്കരിക്കുവാൻ പല കവികളും പുരാണ കഥാസന്ദർഭങ്ങളെയാണ് അഭയം പ്രാപിച്ചത്. പുരാണ കഥയിലെ അർത്ഥസൂചനകളെ വർത്തമാനകാലത്തെ മനുഷ്യാനുഭവങ്ങളായി അവർ പരിണമിപ്പിച്ചു. എൻ എൻ കക്കാട്, സുഗതകുമാരി, ചെറിയാൻ കെ ചെറിയാൻ എന്നീ കവികൾ പുരാണ കഥാസന്ദർഭങ്ങളെ പുതിയ കാലത്തിന്റെ ഭാവധാരകളുമായി ബന്ധിപ്പിച്ച് ചിത്രീകരിച്ചു. സമൂഹബോധത്തിൽ ലയിച്ചുകിടക്കുന്ന പുരാവൃത്തത്തെ കവികൾ സൃഷ്ടിയിലൂടെ സ്പർശിച്ചുണർത്തുമ്പോൾ അതിന് പുതിയൊരു ജന്മം തന്നെ ലഭിക്കുന്നു. അതൊരിക്കലും പഴമയുടെ വിരസമായ ആവർത്തനമല്ല. പുതിയ കാലത്തെ മാനുഷിക യാഥാർത്ഥ്യങ്ങളാണ് കവികൾ ധ്വനിപ്പിക്കുന്നത്. പാരമ്പര്യത്തിന്റെ ചൈതന്യം നിലനിർത്തിക്കൊണ്ടുതന്നെ അവർ അതിനെ നവീകരിക്കുന്നു. അങ്ങനെ പുതിയ കാവ്യപാരമ്പര്യം സൃഷ്ടിക്കുന്നു.

പടിഞ്ഞാറൻ നാടുകളിലെ കലയും ദർശനവും നമ്മുടെ കവികളെ

2. Richard Chase: *Notes on the Study of Myth*

സ്വാധീനിച്ചിട്ടുണ്ട്. ടി എസ് എലിയട്ടിന്റെയും ലാറ്റിനമേരിക്കൻ കവികളുടെയും കവിതകളുടെ പിന്നിലെ കലാ സംസ്കാരവും ആവിഷ്കരണ മാർഗ്ഗങ്ങളും നമ്മുടെ നവീന കവികളുടെ ബോധമണ്ഡലത്തിൽ അർത്ഥവത്തായ ചലനങ്ങൾ സൃഷ്ടിച്ചു. പാശ്ചാത്യ സാഹിത്യകല നല്കിയ അവബോധം നമ്മുടെ നാടിന്റെ സാംസ്കാരിക പൈതൃകത്തെ പുതിയ കണ്ണുകൾകൊണ്ട് നോക്കിക്കാണുവാൻ കവികളെ പ്രേരിപ്പിച്ചു. മലയാള കവിതയുടെ ശില്പത്തെ പുതുക്കിപ്പണിയുവാൻ അവ പ്രേരണ നല്കി. എന്നാൽ ആ സ്വാധീനം ബാഹ്യമായ ഒന്നാണ്. ആധുനിക കവിതയുടെ ആന്തരിക ഭാവങ്ങൾ പൂർണ്ണമായും ഭാരതീയവും കേരളീയവുമാണ്. നേരത്തെ സൂചിപ്പിച്ചതുപോലെ നാടോടിയായ പുരാവൃത്തങ്ങളിലും പഴങ്കഥകളിലും പഴമൊഴികളിലും കാണുന്ന 'മാന്ത്രിക' ഭാഷയാണ് ആധുനിക കവികൾ ഉപയോഗിച്ചത്. പഴങ്കഥകളിൽ ഒരുതരം മാന്ത്രിക ഭാഷയുണ്ടെന്നും അതിലെ വാക്കുകൾ പ്രകൃതിയെ വശീകരിക്കുകയും കീഴ്പ്പെടുത്തുകയും ചെയ്യുമെന്നും റഷ്യൻ സിംബോളിസത്തിന്റെ പ്രമുഖ വക്താവായ ഒരു വിമർശകൻ അഭിപ്രായപ്പെട്ടിട്ടുണ്ട്.[3] പഴങ്കഥകളിലെ അത്തരം മാന്ത്രിക വാക്കുകളാണ് നമ്മുടെ കവികൾ ഉപയോഗിക്കുന്നത്. അവർ നാടോടിയായ കാവ്യ പൈതൃകത്തെ സവിശേഷമായ വിധത്തിൽ പുനഃസംവിധാനം ചെയ്ത് ആധുനിക മനുഷ്യന്റെ യാതനകൾ ആവിഷ്കരിക്കുന്നു. തുള്ളൽ, ചാക്യാർകൂത്ത് തുടങ്ങിയ ദൃശ്യകലകളിലെ പല അംശങ്ങളും പടയണി തുടങ്ങിയ അനുഷ്ഠാനകലകളിലെ സാംസ്കാരികാംശങ്ങളും നവീന കവികൾ സമർത്ഥമായി ഉപയോഗിച്ചു. അതുകൊണ്ട് പടിഞ്ഞാറൻ നാടുകളിലെ കവിതകളെ അനുകരിച്ചുണ്ടായതാണ് ആധുനിക കവിത എന്ന ആരോപണത്തിന് അടിസ്ഥാനമില്ല.

ദ്രാവിഡമായ നാടോടി കലാ സംസ്കാരത്തിന്റെ ഭൂമിയിൽനിന്നുകൊണ്ട് പുതിയ സൗന്ദര്യം സൃഷ്ടിച്ച കവികളിൽ പ്രമുഖർ എം ഗോവിന്ദനും കടമ്മനിട്ട രാമകൃഷ്ണനുമാണ്. അവരുടെ കവിതകൾ ഗോത്രകാല കലയെ ഓർമ്മിപ്പിക്കുന്നവയാണ്. ദ്രാവിഡ സംസ്കാരത്തിൽ നിന്നുള്ള ചിഹ്നങ്ങൾ ധാരാളമായുപയോഗിക്കുന്ന ഈ കവിതകൾ വർഗ്ഗപ്പഴമയെ സർഗ്ഗാത്മകമായി നവീകരിച്ച് പുതിയ കാലവുമായി ബന്ധിപ്പിക്കുന്നു. പാണന്റെ ഉടുക്കിലും പാടത്തിൻ മുടുക്കിലും പാടിയാടിയ പുന്നാര മലയാള വാക്കിനെക്കുറിച്ച് ഊറ്റംകൊണ്ട കവിയാണ് ഗോവിന്ദൻ. കവിതയിൽനിന്ന് കാല്പനികതയുടെ സംഗീതം ചോർത്തിക്കളഞ്ഞ അദ്ദേഹം പരുപരുത്ത ശില്പങ്ങളിൽ ആധുനിക മനുഷ്യന്റെ യഥാർത്ഥ അവസ്ഥ ചിത്രീകരിക്കുന്നു. പഴഞ്ചൊല്ലുകളുടെയും നാടോടിപ്പാട്ടുകളുടെയും കാവ്യ പൈതൃകത്തെ തന്റെ കവിതകളിൽ അദ്ദേഹം പുനഃപ്രതിഷ്ഠിക്കുകയാണ് ചെയ്തത്. കടങ്കഥകളുടെയും പഴമൊഴികളുടെയും നാടൻ ശീലുകളിൽ രചിക്കപ്പെട്ട ആ പാഷാണപ്പാട്ടുകൾ നമ്മുടെ

---

3. Andrei Bely: *The Magic of Words*

കാലത്തെ സാംസ്കാരികത്തകർച്ചയുടെ ആഴം വ്യക്തമാക്കുന്നു. അദ്ദേഹം തന്റെ ചില കവിതകളിൽ വംശസ്മൃതികളുണർത്തുന്ന പദാവലിയും പരുക്കൻ താളവുമുപയോഗിച്ച്, കേരളീയമായ ഐതിഹ്യങ്ങളെ പുതിയ രൂപത്തിലും പുതിയ ഭാവത്തിലും ചിത്രീകരിച്ചു. പാക്കനാരും നാറാണത്തു തിരുവടികളും പെരുന്തച്ചനും ഐതിഹ്യങ്ങളിൽനിന്നു വർത്തമാന കാലത്തിന്റെ ആന്തരിക വ്യഥകളുമായി കവിതയിലേക്ക് കടന്നുവന്നു. നിലവിലിരുന്ന മൂല്യസങ്കല്പങ്ങളെ സാഹസികമായി ചോദ്യം ചെയ്ത ആ ഐതിഹ്യ കഥാപാത്രങ്ങളുടെ വർത്തമാനകാല പ്രസക്തി കവി അന്വേഷിച്ചു. 'അരങ്ങേറ്റം', 'കണ്ണന്റെ കഥ', 'ഒരു പകലുമൊരിരവും പാക്കനാരും', 'നാറാണത്തു തിരുവടികൾ', 'നോക്കുകുത്തി' തുടങ്ങിയ കവിതകൾ സൂക്ഷ്മമായി പരിശോധിച്ചാൽ കേരളത്തിന്റെ സാംസ്കാരിക പൈതൃകത്തെ തന്റെ കാവ്യകലയുടെ ചൈതന്യമാക്കി മാറ്റിയ കവിയെ കണ്ടെത്താം.

ആദിമമായ ഈണങ്ങളെ കവിതയിലാവാഹിച്ചെടുത്ത, ദ്രാവിഡ ഗോത്രത്തിലെ ഒരു കവിയാണ് കടമ്മനിട്ട. മലയാള കവിതയിലെ 'കറുത്ത ഓർഫ്യൂസ്' എന്നു വിശേഷിപ്പിക്കാവുന്ന അദ്ദേഹം സമൂഹത്തിന്റെ അബോധത്തിലെ ആദിബിംബങ്ങളെ കവിതകളിലൂടെ തട്ടിയുണർത്തുന്നു. ആധുനിക കാലത്തെ തകർച്ച കണ്ടു ക്ഷുഭിതനാകുന്ന കാട്ടാളനെയും ധാർമ്മികമായ രോഷം ചൊരിയുന്ന കരാളയായ ദേവിയെയും പ്രാചീന കാലത്തിന്റെ സവിശേഷതകൾ മുഴുവൻ പദങ്ങളിലൂടെയും താളക്രമത്തിലൂടെയും ധ്വനിപ്പിച്ച് അദ്ദേഹം കവിതകളിൽ ചിത്രീകരിച്ചു. വർത്തമാനകാലത്തിന്റെ ദുരന്തമാണ് പ്രാചീനമായ ഈണങ്ങളിലൂടെ കവി പ്രകാശിപ്പിച്ചത്. 'ഒരുപാട്ട്', 'കാട്ടാളൻ', 'കിരാതവൃത്തം', 'കടിഞ്ഞൂൽ പൊട്ടൻ', 'ശാന്ത' തുടങ്ങിയ കവിതകളിൽ കരുത്തിന്റെ കറുത്ത സംഗീതംതന്നെ ഈ കവി സൃഷ്ടിച്ചുവെന്ന് പറയാം. പ്രാചീനമായ സ്തോത്ര പാരമ്പര്യത്തെ ഉടച്ചുവാർത്ത് ഇന്നത്തെ സമരസ്തോത്രമാക്കി മാറ്റുകയാണ് കടമ്മനിട്ട. ഭക്തിയുടെ പാരമ്പര്യത്തെ സർഗ്ഗാത്മകമായ കലാപമാക്കി മാറ്റി. വായനക്കാരുടെ അബോധതലങ്ങളെ മാന്ത്രികമായ സംഗീതാത്മകതയിലൂടെ സ്പർശിക്കുവാൻ കഴിഞ്ഞതാണ് ഈ കവിയുടെ വിജയം. ആദിമകാലത്തെ സ്തോത്ര പാരമ്പര്യത്തെ നവീകരിച്ച് പുതിയ കല സൃഷ്ടിച്ചിരിക്കുകയാണ്.

അയ്യപ്പപ്പണിക്കരുടെ കവിതകളിലെ പാശ്ചാത്യ സാഹിത്യകലയുടെ സ്വാധീനം പലരും കണ്ടു. എന്നാൽ അദ്ദേഹത്തിന്റെ കവിതകളുടെ അടിവേരുകൾ കേരളീയ കലാപാരമ്പര്യത്തിൽ ആഴ്ന്നിറങ്ങിയിരിക്കുന്നുവെന്ന പരമാർത്ഥം പലർക്കും കാണുവാൻ കഴിഞ്ഞില്ല. കേരളത്തിന്റെ നാടോടിയായ കലാസംസ്കാരം അയ്യപ്പപ്പണിക്കരുടെ കവിതകളുടെ അന്തർദ്ധാരയിൽ ലയിച്ചു കിടപ്പുണ്ട്. തുള്ളൽപ്പാട്ടുകളുടെ താളക്രമത്തിലുയരുന്ന 'കുടുംബപുരാണ'ത്തിലും, നാടൻ ഭാഷയുടെ പുരുഷ പ്രകൃതിനിറഞ്ഞ കുട്ടനാടൻ ദൃശ്യങ്ങളിലും ഈ സ്വാധീനം പ്രകടമായിത്തന്നെയുണ്ട്. മല

യാള കവിതയുടെ ഗതി തിരിച്ചുവിട്ട 'കുരുക്ഷേത്രം' എന്ന പ്രസിദ്ധമായ കവിതയിലും നാടൻ പാട്ടിന്റെയും പഴമൊഴികളുടെയും താളം കലർന്നിട്ടുണ്ട്. കഥകളി സംഗീതത്തിന്റെയും തുള്ളൽപ്പാട്ടിന്റെയും ചെണ്ടമേളത്തിന്റെയും താളലയം പണിക്കർ ഉചിതമായി ഉപയോഗിച്ചു. പ്രാചീന കേരളീയ കലകളിലെ ഹാസ്യപൈതൃകത്തെ നമ്മുടെ കാലത്തെ നൈതിക വ്യഥകളുമായി ലയിപ്പിച്ച് മൂർച്ചയുള്ള ഫലിതവും ആധുനിക കാലത്തെ ചാക്യാരെന്നു പറയാവുന്ന പണിക്കർ സൃഷ്ടിച്ചു. പഴഞ്ചൊല്ലുകൾക്കും ഐതിഹ്യങ്ങൾക്കും പുതിയ അർത്ഥതലങ്ങൾ നല്കി ആധുനികകാലത്തിന്റെ ദുരന്തം വ്യക്തമാക്കുന്ന സമ്പ്രദായം മലയാള കവിതയിൽ വികസിച്ചിട്ടുണ്ട്. പണിക്കരും ജി കുമാരപിള്ളയും കുഞ്ഞുണ്ണിയും അങ്ങനെ ചെയ്ത കവികളാണ്. ജി കുമാരപിള്ള 'കായംകുളം', 'കുന്തം വിഴുങ്ങികൾ', 'തത്തമ്മേ....പൂച്ച....പൂച്ച' എന്നിങ്ങനെയുള്ള ഐതിഹ്യപ്പാട്ടുകളിൽ പഴഞ്ചൊല്ലുകൾക്ക് പുത്തൻ വ്യാഖ്യാനങ്ങൾ ചമച്ചും, അവയെ വിപരീതാർത്ഥത്തിൽ പ്രയോഗിച്ചും ഐതിഹ്യങ്ങൾക്ക് പുതിയ രൂപം കൊടുത്തും വർത്തമാനകാല യാഥാർത്ഥ്യങ്ങൾ ധ്വനിപ്പിച്ചു കേൾപ്പിക്കുന്നു. പഴമൊഴികളുടെ പ്രാചീന ചൈതന്യത്തെ ജപിച്ചു വരുത്തുകയാണ് കുഞ്ഞുണ്ണി തന്റെ കവിതകളിൽ. ഈ ലോകത്തെ സംബന്ധിക്കുന്ന കയ്ക്കുന്ന യാഥാർത്ഥ്യങ്ങൾ വിളിച്ചു പറയുന്ന പാണനായി മാറുകയാണ് വിനയചന്ദ്രൻ. ആറ്റൂർ രവിവർമ്മ മന്ത്രവാദവുമായി ബന്ധപ്പെട്ട കാവ്യബിംബങ്ങൾ സൃഷ്ടിക്കുന്നു. ഈ കവികളെല്ലാം കേരളത്തിന്റെ സാംസ്കാരിക പൈതൃകത്തിൽ ആഴത്തിൽ വേരോട്ടമുള്ള പുതിയ കാവ്യശൈലികൾ സൃഷ്ടിച്ചവരാണ്.

പുരാവൃത്തത്തിന്റെ കരുത്തുറ്റ അടിത്തറയിലാണ് സച്ചിദാനന്ദൻ തന്റെ കവിതകളുടെ ശില്പം പണിതുയർത്തിയിരിക്കുന്നത്. മലയാള കവിതയുടെ ശില്പത്തെ പുതുക്കിപ്പണിയുവാൻ അദ്ദേഹത്തെയും ആധുനിക പാശ്ചാത്യകല പ്രേരിപ്പിച്ചിട്ടുണ്ട്. ഈ കവി നമ്മുടെ സാംസ്കാരിക പൈതൃകത്തെ ഉടച്ചുവാർക്കുകയും പുതുക്കുകയും ചെയ്യുന്നു. ജീവിതത്തിലെ ആസുരമായ ശക്തികൾക്കു നേരെ കലഹിക്കുന്ന കവി, മറ്റു പലരേയുംപോലെ, മിത്തിൽ മറഞ്ഞുകിടക്കുന്ന ഭാവധ്വനികൾക്ക് പുതിയ അർത്ഥവും പുതിയ ശക്തിയും കൊടുത്തും, പുരാവൃത്തത്തിൽനിന്നും ചരിത്രത്തിൽനിന്നും ബിംബങ്ങളും ചിഹ്നങ്ങളുമുപയോഗിച്ചും ആധുനിക കാലത്തെ മൂല്യത്തകർച്ച പ്രത്യക്ഷമാക്കുന്നു. ചില അവസരങ്ങളിൽ ക്രൈസ്തവ പുരാണവും കവിയുപയോഗിക്കുന്നുണ്ട്. അദ്ദേഹത്തിന്റെ കാവ്യബിംബങ്ങൾ ഒറ്റനോട്ടത്തിൽ പാരമ്പര്യനിരാസം പ്രകടിപ്പിക്കുന്നുവെന്ന് തോന്നാം. എന്നാൽ അദ്ദേഹം പാരമ്പര്യത്തിന്റെ ചൈതന്യം നിലനിർത്തിക്കൊണ്ട് അതിന്റെ പുതിയ പ്രസക്തി തേടുകയാണെന്ന് സൂക്ഷ്മമായി പരിശോധിക്കുമ്പോൾ മനസ്സിലാക്കാം. ബുദ്ധനും ക്രിസ്തുവും സച്ചിദാനന്ദന്റെ കവിതകളിൽ രൗദ്രഭാവത്തോടെയാണ് പ്രത്യക്ഷപ്പെടുന്നത്. മിത്തിന് വ്യത്യസ്തമായ അർത്ഥവ്യാഖ്യാനം കൊടു

ക്കുന്ന കവി, മിത്തിൽ മറഞ്ഞുകിടക്കുന്ന നിഗൂഢഭാവങ്ങൾ പുറത്തുകൊണ്ടുവരുന്നു. കാരുണ്യത്തിന്റെയും സ്നേഹത്തിന്റെയും ഉജ്ജ്വല പ്രതീകങ്ങളായ ബുദ്ധനും ക്രിസ്തുവും സച്ചിദാനന്ദന്റെ കവിതകളിൽ ആയുധമെടുത്തു പോരാടുന്ന പോരാളികളായി മാറുന്നു. ഉണ്ണിക്കൃഷ്ണനും പരമശിവനുമെല്ലാം ഈ കാലത്തിന്റെ ആന്തരിക ചലനങ്ങളുമായാണ് പ്രത്യക്ഷപ്പെടുന്നത്. പൈതൃകത്തെ വർത്തമാനകാല ജീവിതത്തിന് യോജിച്ച വിധത്തിൽ ഉടച്ചുവാർത്തിരിക്കുകയാണ് കവി. സച്ചിദാനന്ദനും പാരമ്പര്യത്തെ പുതുക്കിപ്പണിയുന്നു; മൗലികവും സ്വതന്ത്രവുമായ കാവ്യപാരമ്പര്യം സൃഷ്ടിക്കുകയും ചെയ്യുന്നു.

കവിതയിൽ കാവ്യബിംബങ്ങളുടെ സംഘർഷം സൃഷ്ടിക്കുന്ന പുതിയ തലമുറയിൽപ്പെട്ട കവികളിലും പ്രാക്തന കാവ്യ പൈതൃകത്തിന്റെ ശക്തി സൂക്ഷ്മമായി പ്രവർത്തിക്കുന്നുണ്ട്. എ അയ്യപ്പൻ തന്റെ കവിതകളിൽ അവതരിപ്പിക്കുന്ന ബിംബകല്പനകളിൽ ഭാരതീയവും കേരളീയവുമായ സംസ്കാരത്തിന്റെ ചിഹ്നങ്ങൾ നിർണ്ണായകമായ ഭാവപ്രകാശനോപാധിയായി കടന്നുവരുന്നു. പാരമ്പര്യം ഈ കവിക്ക് ഒരു ഭാരമല്ല. ആപല്ക്കരമായ വിധത്തിൽ സ്വാതന്ത്ര്യം അനുഭവിച്ചുകൊണ്ട്, അദ്ദേഹം പാരമ്പര്യത്തെ കുഴച്ചുമറിച്ചാണ് ഇന്നത്തെ ദുരന്ത യാഥാർത്ഥ്യങ്ങൾ പ്രകാശിപ്പിക്കുന്നത്. 'ബുദ്ധനും ആട്ടിൻകുട്ടിയും' എന്ന കവിതയിൽ ബുദ്ധചരിതത്തിലെ ഒരു കഥയ്ക്ക് ആധുനിക ജീവിതത്തിന്റെ അന്തരീക്ഷത്തിനിണങ്ങുന്ന ഒരു കോമിക് രൂപം കൊടുക്കുന്നു. ആട്ടിൻകുട്ടിയെ കല്ലെറിഞ്ഞ സിദ്ധാർത്ഥനെയാണ് അയ്യപ്പന്റെ വിചിത്ര ഭാവന അവതരിപ്പിക്കുന്നത്. ഇവിടെ ആപല്ക്കരമായ വിധത്തിൽ പൈതൃകത്തെ കവി മാറ്റിമറിക്കുന്നു. ധാർമ്മിക മൂല്യങ്ങൾ തലകീഴായി നില്ക്കുന്ന ഇന്നത്തെ അവസ്ഥ സൃഷ്ടിക്കുന്ന വലിയ അപകടം കവി തന്റെ സർഗ്ഗാത്മകമായ ഭ്രാന്തിലൂടെ വ്യക്തമാക്കുകയാണ് ഇവിടെ. ത്രിശൂലം, ഓങ്കാരം, ബലി തുടങ്ങിയ ഭാരതീയ ധ്വനികൾ കലർന്ന പദങ്ങൾ വ്യത്യസ്തമായ അർത്ഥമാനങ്ങളോടെ അയ്യപ്പൻ ആവർത്തിച്ചുപയോഗിക്കുന്നുണ്ട്. മൗലികവും വിഭിന്നവുമായ വഴികൾ സ്വീകരിക്കുന്ന കവികളിലെല്ലാം പാരമ്പര്യത്തിന്റെ ശക്തമായ സമ്മർദ്ദം തെളിഞ്ഞുകാണാം.

രണ്ടാം ഭാഗം

അർത്ഥത്തിന്റെ സ്വാതന്ത്ര്യം

അച്ചടിച്ച പുറങ്ങളിലെ കവിത ജഡമായ വസ്തുവാണ്. വായനയുടെയും ആസ്വാദനത്തിന്റെയും വേളകളിലാണ് അതിന് ജീവൻ ലഭിക്കുന്നത്. മികച്ച വായനക്കാരുടെ വിചാരങ്ങളിലും വൈകാരികഭാവങ്ങളിലും കവിത സ്പർശിക്കുമ്പോഴാണ് അതിലൂറിക്കിടക്കുന്ന മാന്ത്രികശക്തിവിശേഷം ഉണർന്നു തുടങ്ങുന്നത്. സംവേദനശക്തിയുള്ള വായനക്കാരെ ലഭിക്കാത്തിടത്തോളം കാലം മറ്റേതൊരു അചേതന വസ്തുവും പോലെ കവിതയും നിർജ്ജീവമാണ്. ആസ്വാദകന്റെ ഭാവുകത്വം കവിതയ്ക്ക് അർത്ഥത്തിന്റെ ആഴവും വികാരങ്ങളുടെ താളവും നല്കി യഥാർത്ഥ കവിതയാക്കി മാറ്റുന്നു. അതുകൊണ്ടാണ് നല്ല വായനക്കാരന്റെ പ്രാധാന്യം വളരെ വലുതാണെന്ന് ഭാരതീയ കാവ്യചിന്ത ഉചിതമായി കണ്ടെത്തിയത്. പ്രാചീന ഭാരതീയമനസ്സ് ആസ്വാദനശേഷിയുള്ള വായനക്കാരനെയാണ് സഹൃദയനെന്ന് വിളിച്ചത്. നിരന്തരമായ കാവ്യാനുശീലനത്താൽ മനസ്സ് കണ്ണാടിപോലെ തെളിഞ്ഞ ഒരനുവാചകനു മാത്രമേ വർണ്യവസ്തുവുമായി തന്മയീഭവിക്കുവാനുള്ള യോഗ്യത കൈവരൂവെന്ന് അഭിനവ ഗുപ്തൻ വ്യക്തമാക്കി. വിമലതരമായ ഹൃദയമുള്ളവനാണ് സഹൃദയൻ. ഹൃദയസംവാദക്ഷമതയാണ് സഹൃദയനുണ്ടായിരിക്കേണ്ട മുഖ്യസിദ്ധി. സഹൃദയനെക്കുറിച്ചുള്ള ഈ കാഴ്ചപ്പാട് വ്യാപ്തിയേറിയ ഒന്നാണെന്ന കാര്യത്തിൽ സംശയമില്ല. സഹൃദയൻ എന്ന പദത്തിന് സമാനമായ പദം ഇംഗ്ലീഷ് ഭാഷയിലില്ല. കാവ്യങ്ങളുമായുള്ള നിരന്തര പരിചയവും സൗന്ദര്യശിക്ഷണവും ലഭിച്ച സഹൃദയന്റെ ആസ്വാദനതലങ്ങളിലെത്തുമ്പോഴാണ് കവിത അതിന്റെ സർഗ്ഗപരമായ ജീവിതമാരംഭിക്കുന്നത്.

സഹൃദയന്റെ ശുദ്ധമായ ബോധത്തിലലിഞ്ഞു ചേർന്ന് സവിശേഷ

മായ അനുഭൂതികൾ സൃഷ്ടിക്കുമ്പോൾ കവിത അതിന്റെ സാഫല്യം കണ്ടെത്തുന്നുവെന്ന് പറയാം. ആസ്വാദനത്തിന്റെ വേളയിൽ അനുവാചകനിലെ കേവലമായ യുക്തിബോധവും പാണ്ഡിത്യവുമൊക്കെ തല്ക്കാലത്തേക്കെങ്കിലും മാഞ്ഞുപോകുകയും മനസ്സ് ശുദ്ധമാകുകയും ചെയ്യും. കർക്കശമായ യുക്തിബോധത്തിന്റെയും പാണ്ഡിത്യത്തിന്റെയും മുമ്പിൽ കവിത വേണ്ടതുപോലെ പ്രസാദിക്കുകയില്ല. അതൊരിക്കലും യുക്തിയുടെ മുമ്പിൽ ജ്വലിച്ച് പ്രകാശം പരത്തുകയില്ല. മുൻവിധികളിൽനിന്നും മുക്തമായ ശുദ്ധമായ മനസ്സോടെയാണ് അനുവാചകൻ കവിതയെ സമീപിക്കുന്നത്. ശുദ്ധമായ വായനയാണ് കവിത ആവശ്യപ്പെടുന്നതെന്നർത്ഥം. വാസ്തവത്തിൽ വിമർശകൻ ബുദ്ധിവ്യാപാരംകൊണ്ട് അങ്ങേയറ്റം യുക്തിഭദ്രമായി കവിതയുടെ ശുദ്ധമായ അവസ്ഥ നഷ്ടപ്പെടുകയാണ് ചെയ്യുന്നത്. അപ്പോൾ കവിത ജഡമായി മാറുന്നുവെന്ന് പറയാം. കവിതയാസ്വദിക്കുവാൻ വിജ്ഞാനത്തേക്കാൾ സംവേദക്ഷമതയുള്ള മനസ്സാണ് ആവശ്യം. അനുവാചകന് വായനയിൽനിന്നും ലഭിക്കുന്ന വിശുദ്ധമായ അനുഭവത്തെ കെടുത്തിക്കളയുകയാണ് പലപ്പോഴും ജ്ഞാനികളായ വിമർശകർ ചെയ്യുന്നത്. കവിതയിലെ അർത്ഥസൂചനകളെ യുക്തിഭദ്രമായ വലിയ ആശയങ്ങളായി വളർത്തിയെടുത്തു ഉയർത്തിപ്പിടിക്കുമ്പോൾ, കാവ്യാനുഭവം പകർന്നുതരുന്ന അനുഭൂതികളോട് നാം നീതി കാട്ടുന്നില്ല എന്നതാണ് സത്യം. മുൻവിധികളും കാടുകയറിയ വ്യാഖ്യാനവുമില്ലാതെ ശുദ്ധമായ വായനയാണ് കവിതയ്ക്ക് സ്പന്ദനശക്തി കൊടുക്കുന്നതെന്നു തീർത്തുപറയാം.

ഗ്രന്ഥകർത്താവല്ല, വായനക്കാരനാണ് ഒരു കൃതിക്ക് അർത്ഥം നല്കുന്നത്. സാഹിത്യകൃതികളിൽ സ്വയം സന്നിഹിതമായ ഒരർത്ഥമില്ലെന്നും (Self-Present meaning), രചന എഴുത്തുകാരന്റെ ലക്ഷ്യത്തെ മറികടന്ന് അർത്ഥത്തിന്റെ ബഹുത്വം കാട്ടിത്തരുന്നുവെന്നും അപനിർമ്മാണ (Deconstruction) ചിന്ത ചൂണ്ടിക്കാട്ടിയിട്ടുണ്ട്. ഇന്നത്തെ വായനക്കാരൻ എഴുത്തുകാരന്റെ സർവ്വാധിപത്യം അംഗീകരിക്കുന്നില്ല. എഴുത്തു ചിഹ്നങ്ങളുടെ വ്യവസ്ഥയാണെന്ന് കരുതിയ ഘടനാവാദ (Structuralism) വും എഴുത്തുകാരനെയും (Author) അയാളുടെ ഉദ്ദേശ (Intension) ത്തെയും നിരാകരിച്ച് കൃതിയെക്കുറിച്ചും ഗ്രന്ഥകാരനെക്കുറിച്ചും ഉടൻ ഉപയോഗ്യമായ (ready made) ആശയങ്ങളെ ഉപേക്ഷിക്കുവാനും, ഭാഷയ്ക്കുള്ളിലെ സമരം എന്ന നിലയിൽ രചനയെ കാണുവാനും ഘടനാവാദം വായനക്കാരനോട് ആവശ്യപ്പെടുകയും ചെയ്തു. ഗ്രന്ഥകാരന്റെ ബോധപൂർവ്വമായ ലക്ഷ്യത്തെ മറികടന്നു പോകുവാനാണ് ആധുനിക ചിന്ത എപ്പോഴും തുനിയുന്നത്. എഴുത്തുകാരൻ കൃതിയിൽ കൃത്യവും നിശ്ചിതവുമായ അർത്ഥം സംഭരിച്ചു വച്ചിരിക്കുന്നുവെന്നും അനുവാചകൻ അത് അതുപോലെതന്നെ ആസ്വദിക്കുന്നുവെന്നും ഇന്നത്തെ വായനക്കാരൻ കരുതുന്നില്ല. വായനക്കാരന്റെ അഭിരുചിയും സൗന്ദര്യബോധവുമാണ് അർത്ഥം നിർമ്മിക്കുന്നത്. വായനയിലൂടെയാണ് പാഠം (text)

നിർമ്മിക്കപ്പെടുന്നത്. അച്ചടിച്ച പേജിലെ അക്ഷരത്തിൽ എന്നതിനേക്കാൾ നല്ല വായനക്കാരന്റെ ബോധത്തിലാണ് പാഠം പിറവിയെടുക്കുന്നത്. പാഠവും വായനക്കാരനും തമ്മിലുള്ള പരസ്പര പ്രവർത്തനത്തിലൂടെയാണ് കവിതയിലെ അർത്ഥം ജനിക്കുന്നതെന്ന് വുൾഫ്ഗാങ് ഐസർ (Wolfgang Iser) ചൂണ്ടിക്കാട്ടുന്നുണ്ട്. ഈ വിമർശകനെ സംബന്ധിച്ചിടത്തോളം സാഹിത്യകൃതി, പാഠവും വായനക്കാരന്റെ ആത്മനിഷ്ഠതയും തമ്മിലുള്ള ഒത്തുചേരലാണ്. എഴുത്തുകാരനും വായനക്കാരനും കൂട്ടുചേരുമ്പോഴാണ് രചനയിൽനിന്നും ഒരു പാഠം ജന്മമെടുക്കുന്നത്. വായനക്കാരൻ എന്തു കേൾക്കുവാൻ ആഗ്രഹിക്കുന്നുവോ അതിന്റെ രഹസ്യമായ പ്രകാശനമാണ് വായനക്കാരൻ കണ്ടെത്തുന്നതെന്നു പറയാം. പലപ്പോഴും വായനക്കാരൻ എഴുത്തുകാരന്റെ സൂചിത (signified) ങ്ങളെ വകവെക്കാതെ സ്വതന്ത്രമായി പാഠം നിർമ്മിക്കുന്നു. പാഠത്തിന്റെ ആഹ്ലാദം ഏറ്റെടുക്കുന്നതിൽ അയാൾ തികച്ചും സ്വതന്ത്രനാണ്.

വായനക്കാരൻ കൃതിയുടെ ഉപഭോക്താവല്ല, സ്രഷ്ടാവാണ് എന്ന് ബാർത്ത് ചൂണ്ടിക്കാണിച്ചു. ഓരോ കൃതിയും രചയിതാവിന്റെ ലക്ഷ്യങ്ങളെ മറികടന്ന് അനുവാചകന്റെ അഭിരുചിക്കനുസരിച്ച് മറ്റൊന്നായി മാറുന്നു. ഇതാണ് സൂക്ഷ്മമായ വായനയിൽ സംഭവിക്കുന്നത്. പാഠത്തിന്റെ ഓരോ വായനയും അടുത്ത മറ്റൊരു പാഠത്തിന്റെ മുഖവുരയായി മാറുന്നുവെന്ന് ദറിദ പറഞ്ഞു. വായനയിലൂടെ കൃതിക്കു വ്യത്യസ്തമായ പാഠങ്ങൾ നിർമ്മിക്കുമ്പോൾ വായനക്കാരനെ പല ഘടകങ്ങളും സ്വാധീനിക്കുന്നുണ്ട് എന്ന സത്യവും മനസ്സിലാക്കേണ്ടതുണ്ട്. മുൻവിധികളിൽ നിന്നും മോചിതനായി സ്വതന്ത്രമനസ്സോടെയാണ് വായിച്ചു തുടങ്ങുന്നതെങ്കിലും വായനക്കാരനെ ചിലതെല്ലാം അബോധാത്മകമായി സ്വാധീനിക്കുന്നു. കൃതി, ഗ്രന്ഥകാരന്റെ സ്വകാര്യത, കൃതി പുറത്തുവന്ന ചരിത്രസന്ദർഭം, മാറുന്ന സാഹിത്യാഭിരുചി, മാറുന്ന ജീവിത സങ്കല്പങ്ങൾ ഇവയെക്കുറിച്ചുള്ള വായനക്കാരന്റെ അവബോധം ആസ്വാദനത്തെ പരോക്ഷമായി സ്വാധീനിക്കുന്നുണ്ട്. വായനക്കാരന്റെ അബോധതലങ്ങളിലെ വാസനകളും താല്പര്യങ്ങളും മറ്റൊരു പ്രധാനപ്പെട്ട സ്വാധീനശക്തിയാണ്. വായനക്കാരന്റെ ജീവിതാഭിരുചിയും സ്വയമായ താല്പര്യങ്ങളും അബോധകാമനകളുമെല്ലാം കൃതിയുമായി സൗന്ദര്യപരമായി ഏറ്റുമുട്ടിയാണ് കലാസൃഷ്ടിയുടെ അർത്ഥവും ഭാവവും രൂപപ്പെടുന്നത്. വാസ്തവത്തിൽ വായനക്കാരന്റെയും എഴുത്തുകാരന്റെയും സ്വത്വങ്ങൾ തമ്മിലുള്ള സർഗ്ഗപരമായ ഉരസലാണ് പുതിയ പാഠങ്ങളുടെ സൃഷ്ടിക്ക് പ്രേരണയായിത്തീരുന്നത്.

സാഹിത്യബാഹ്യമായവയൊന്നും പരിഗണിക്കാതെ കലാസൃഷ്ടിയെ ഗാഢപാരായണ (close reading) ത്തിന് വിധേയമാക്കുന്ന ഇംഗ്ലീഷ് സാഹിത്യത്തിലെ നവവിമർശനം (New Criticism) സാഹിത്യരചന നല്കുന്ന ശുദ്ധമായ കാവ്യാനുഭവത്തിന്റെ പ്രാധാന്യം എടുത്തുകാണിച്ചു. എഴുത്തുകാരനെയും അയാളുടെ ലക്ഷ്യത്തെയും അവഗണിച്ച്

രചനയെ സൂചകങ്ങളുടെയും ചിഹ്നങ്ങളുടെയും വ്യൂഹമായി കാണുന്ന ഘടനാവാദികൾ, വായനയുടെ മൗലികതയെക്കുറിച്ച് പറയുന്നുണ്ട്. ശുദ്ധമായ വായനയെക്കുറിച്ച് പറയുമ്പോഴും വായനയെയും ആസ്വാദനത്തെ സ്വാധീനിക്കുന്ന അംശങ്ങളെക്കുറിച്ചും അറിയേണ്ടതാണ്. മറ്റുള്ളവർ കണ്ടതിൽനിന്നും വ്യത്യസ്തമായ ഒരു പാഠം നിർമ്മിച്ചെടുക്കുവാൻ നിരന്തരമായ വായനയുടെ സംസ്കാരം നല്കുന്ന സൗന്ദര്യശിക്ഷണം മറന്നുകൂടാ. സൗന്ദര്യബോധവും ശരിയായ കാവ്യശിക്ഷണവും ലഭിച്ച ഒരാൾക്കു മാത്രമേ ആസ്വാദനത്തിന്റെ പുതിയ തലങ്ങളിലേക്ക് പ്രവേശിക്കുവാൻ കഴിയുകയുള്ളൂ. അതുകൊണ്ട് ഏതു ശുദ്ധമായ വായനയുടെ പിന്നിലും സൗന്ദര്യപരമായ പല സങ്കീർണ്ണതകളും മറഞ്ഞുകിടപ്പുണ്ട്.

വായനക്കാരന്റെ പ്രാധാന്യം ഇപ്പോൾ വർദ്ധിച്ചുവരുന്നു എന്ന കാര്യത്തിൽ സംശയമില്ല. 'ഈ ക്ലാസിൽ ഒരു പാഠമുണ്ടോ' എന്ന പ്രധാനപ്പെട്ട ഒരു ചോദ്യം സ്റ്റാൻലി ഫിഷ് ഉന്നയിക്കുകയും ചർച്ച ചെയ്യുകയും ചെയ്യുന്നുണ്ട്. ജോൺസ് ഹോപ്കിൻ യൂണിവേഴ്സിറ്റിയിലെ ഒരു വിദ്യാർത്ഥിനി പുതിയ സെമസ്റ്ററിലെ ആദ്യദിവസം അദ്ധ്യാപകനോട് ഉന്നയിച്ചതാണ് 'ഈ ക്ലാസിൽ ഒരു പാഠമുണ്ടോ?' ('Is there a text in this class?') എന്ന ചോദ്യം. 'ഉണ്ട്; നോർട്ടൻ ആന്തോളജി ഓഫ് ലിറ്ററേച്ചർ' എന്നായിരുന്നു അദ്ധ്യാപകന്റെ മറുപടി. അതല്ല താനുദ്ദേശിച്ചതെന്നും 'നാം വിശ്വസിക്കുന്നതു കവിതയിലോ നമ്മിലോ' എന്നതാണെന്നും തുടർന്ന് വിദ്യാർത്ഥിനി വിശദീകരിച്ചു. വായനയിലൂടെയാണ് ഒരു പാഠത്തിന്റെ ഘടന നിർമ്മിക്കപ്പെടുന്നതെന്ന് ഈ വിമർശകൻ വിശദമാക്കുന്നു. പാഠത്തെ പുനർനിർമ്മിച്ച് അർത്ഥം സൃഷ്ടിക്കുന്ന വായനക്കാരന്റെ ചലനശക്തി അദ്ദേഹം എടുത്തുപറയുന്നു. പാഠം നിർമ്മിക്കപ്പെട്ട സന്ദർഭ (context) ത്തിന് പരമ പ്രാധാന്യമുണ്ടെന്നും പറയുന്നുണ്ട്. പാഠത്തിന്റെ സത്താശാസ്ത്രത്തെ സ്ഥാപിക്കുവാനല്ല, അർത്ഥത്തിന്റെ സത്താശാസ്ത്രത്തെ സ്ഥാപിക്കുവാനാണ് ഫിഷ് ശ്രമിച്ചത്. ഒരു ഭാഷണ (utterence) ത്തിന് അർത്ഥത്തിന്റെ അനന്തമായ ബഹുത്വമുണ്ടെന്നറിയുന്ന വായനക്കാരൻ തന്റെ വായനയിലൂടെ പുതിയ അർത്ഥം ഉല്പാദിപ്പിക്കുകയാണ് ചെയ്യുന്നത്. പുതിയ അർത്ഥം കണ്ടെത്തുക എന്നതാണ് ഗാഢവും സൂക്ഷ്മവുമായ വായനയുടെ ലക്ഷ്യം. ഒരു കൃതിയിൽനിന്നും നമ്മുടേതു മാത്രമായ ഒരർത്ഥമുല്പാദിപ്പിക്കുവാൻ കഴിഞ്ഞില്ലെങ്കിൽ നാം ആ കൃതി വേണ്ടതുപോലെ സമഗ്രമായി 'വായിച്ചില്ല' എന്നുതന്നെയാണ് അർത്ഥം. സാഹിത്യലോകത്തു പ്രചാരത്തിലിരിക്കുന്ന ഒരർത്ഥം വിമർശകൻ 'കണ്ടെത്തുമ്പോൾ വ്യക്തമാകുന്നത്' ആ കൃതി വിമർശകനിൽനിന്നും ബഹുദൂരം അകലെയാണെന്നും വിമർശകൻ സത്യത്തിൽ ആ കൃതി 'വായിച്ചില്ല' എന്നുമാണ്. കവിതയിലെ സ്വാതന്ത്ര്യം അർത്ഥത്തിന്റെ സ്വാതന്ത്ര്യമാണെന്ന് ഹരോൾഡ് ബ്ലൂം പറഞ്ഞത് അതുകൊണ്ടാണ് (Harold Bloom: 'The Breaking Form'). ഒരാളുടെ സ്വന്തമായ അർത്ഥ

ത്തിന്റെ സ്വാതന്ത്ര്യമാണത്. വെല്ലുവിളിക്കുന്ന സ്വാതന്ത്ര്യം എന്ന് അതിനെ വിശേഷിപ്പിക്കാം.

കലാസൃഷ്ടി കൃത്യമായ ചില വ്യവസ്ഥകൾക്കുള്ളിൽ നിലയുറപ്പിക്കുന്നതാണെങ്കിലും, അതിൽ നിരവധി വിടവുകളും മൗനങ്ങളുമുണ്ടായിരിക്കും. വാക്കുകൾക്കിടയിൽ ചിലപ്പോൾ മൗനം വന്നു നിറയുന്നു. മൗനം ശക്തമായ ഭാഷയാകുന്ന സന്ദർഭങ്ങളുണ്ട്. പല കൃതികളുടെയും ഉള്ളിൽ ഒരു അഭാവം (absence) ഉണ്ടാകും. പാഠത്തിന്റെ അബോധത്തെപ്പറ്റിയുള്ള ലക്കാന്റെ സങ്കല്പനങ്ങൾ ഇവിടെ ഓർക്കാം. ഫ്രോയിഡിയൻ തത്ത്വങ്ങളെ ഭാഷാശാസ്ത്രപരവും ചിഹ്നശാസ്ത്രപരവുമായ ഉൾക്കാഴ്ചയിലൂടെ വികസിപ്പിച്ച ഫ്രഞ്ച് ചിന്തകനാണ് ലക്കാൻ (Jacques Lacan). ഭാഷയുടെ സമ്പൂർണ്ണമായ ഘടനയാണ് അബോധമെന്നും (Unconscious is the whole structure of language) അതു ഭാഷാവ്യവസ്ഥ തന്നെയാണെന്നും ലക്കാൻ പറഞ്ഞു. ഭാഷയുടെ അബോധത്തിൽ അഭാവവും വിടവുകളുമുണ്ട്. രചനകളിലെ ഈ വിടവുകളും മൗനങ്ങളും സർഗ്ഗപരമായി പൂരിപ്പിക്കുകയാണ് വായനയുടെ വേളയിൽ സഹൃദയൻ ചെയ്യുന്നത്. ഈ പൂരണം സംഭവിക്കുമ്പോൾ മാത്രമേ കലാസൃഷ്ടി അതിന്റെ ജഡതയിൽനിന്നും ചൈതന്യത്തിലേക്ക് ഉണരുന്നുള്ളൂ. ഭാഷയുടെ സവിശേഷമായ ഉപയോഗംകൊണ്ട് പെട്ടെന്ന് അഴിച്ചെടുക്കുവാൻ വയ്യാത്ത അർത്ഥക്കുരുക്കുകൾ കവികൾ സൃഷ്ടിക്കാറുണ്ട്. ജീവിത രഹസ്യത്തെ സംബന്ധിക്കുന്ന സ്വകാര്യ വെളിപാടുകളും, വലിയ യാഥാർത്ഥ്യങ്ങളും, വർത്തമാനകാല ചരിത്രവും മറ്റുമാകും അങ്ങനെയുള്ള അർത്ഥക്കുരുക്കുകളിൽനിന്നും വായനക്കാർ ഉൾക്കൊള്ളുന്നത്. കവിതയിൽ എപ്പോഴും മാന്ത്രികക്കുരുക്കുകൾ വായനക്കാരൻ കാണുന്നു. സവിശേഷമായ വായനയിലൂടെയാണ് അവ അഴിച്ചെടുക്കാൻ സാധിക്കുന്നത്. വായനക്കാരൻ തന്റെ സഹൃദയത്വം നല്കുന്ന സന്ദേശമനുസരിച്ച് വായിച്ചെടുക്കുന്ന പുതിയ അർത്ഥവും പുതിയ ഭാവവുമാണ് രചനകളെ നിലനിർത്തുന്നത്.

ക്ലാസിക് കൃതികൾക്കും ഭൂതകാലത്തെ മിക്ക രചനകൾക്കും വ്യത്യസ്ത പാരായണങ്ങളിലൂടെ വ്യത്യസ്തമായ ജന്മം തന്നെ കൊടുക്കുവാൻ നല്ല വായനക്കാർക്ക് കഴിയും. ഒരു ക്ലാസിക് കൃതി, നിലനില്ക്കുന്നതു തന്നെ പുതിയ പാരായണങ്ങളിലൂടെയാണ്. ഒരു കൃതി അതു രൂപംകൊണ്ട കാലഘട്ടത്തിൽ സൃഷ്ടിക്കപ്പെട്ട പാഠങ്ങളിൽനിന്നും തികച്ചും ഭിന്നങ്ങളായ പാഠങ്ങളാകും പിന്നീട് സൃഷ്ടിക്കപ്പെടുന്നത്. ജീവിതാഭിരുചിയും കലാദർശനവും മാറുന്നതനുസരിച്ചാണ് പുതിയ പാഠങ്ങളുണ്ടാകുന്നത്. ക്ലാസിക് കൃതികളിലേക്ക് മടങ്ങുന്ന നല്ല വായനക്കാർക്ക് വായനയിലൂടെ പുതിയ പാഠം സൃഷ്ടിക്കുവാൻ കഴിയുമെന്നതിന് നിരവധി തെളിവുകൾ എടുത്തു കാണിക്കുവാൻ കഴിയും. കുട്ടികൃഷ്ണമാരാരുടെ *ഭാരതപര്യടനം* അതിനുദാഹരണമാണ്. ക്ലാസിക് കവിതയിൽനിന്നും അദ്ദേഹം പുതിയ അർത്ഥം ഉല്പാദിപ്പിച്ചപ്പോൾ വാസ്തവത്തിൽ വായനയുടെ സ്വാതന്ത്ര്യം നമ്മെ ബോദ്ധ്യപ്പെടുത്തുക കൂടിചെയ്തു. മാത്രമല്ല

രചനയിൽനിന്നും പാഠം നിർമ്മിക്കുന്നതിന് ഏറ്റവും നല്ല ദൃഷ്ടാന്തം കാണിച്ചു തരികകൂടി ചെയ്തുവെന്ന് പറയാം. കവിതയിലെ സ്വാതന്ത്ര്യം അർത്ഥത്തിന്റെ സ്വാതന്ത്ര്യമാണെന്ന് തന്റെ വിമർശനത്തിലൂടെ അദ്ദേഹം വിളംബരം ചെയ്തു. വികാരങ്ങളുടെ വിശുദ്ധി ഉയർത്തിപ്പിടിച്ച കാല്പനിക ഘട്ടത്തിലെ എഴുത്തുകാരുടെ രചനകൾക്ക് വ്യത്യസ്തവും മൗലികവുമായ വായനയുടെ ചലനങ്ങളേല്ക്കുമ്പോൾ പുതിയ വ്യക്തിത്വമാർജ്ജിക്കുവാൻ കഴിയും. വാക്കുകൾകൊണ്ടും രഹസ്യചിഹ്നങ്ങൾകൊണ്ടും സൂചകങ്ങൾകൊണ്ടും രചനകളിൽ കവികൾ സൃഷ്ടിച്ച മാന്ത്രികത നല്ല വായനക്കാർക്ക് എപ്പോഴും ആസ്വാദനത്തിന്റെ നവത്വം നല്കുന്നു. ഗാഢവും സൂക്ഷ്മവുമായ ആസ്വാദനമാണ് സൃഷ്ടികൾക്ക് നിത്യനൂതനമായ ഭാവം പകർന്നുകൊടുക്കുന്നത്.

മൂല്യനിർണ്ണയത്തിന്റെ മറ്റൊരദ്ധ്യായം

സർഗ്ഗനിമിഷങ്ങളിലെ കവി ചൂണ്ടയുമായി കടൽക്കരയിൽ ഇരിക്കുന്ന മുക്കുവനെപ്പോലെയാണെന്ന് കാവ്യബിംബങ്ങളെപ്പറ്റി പഠിച്ച ഒരു സാഹിത്യവിമർശകൻ പറയുന്നു.[1] വ്യാകുലചിത്തനായ മുക്കുവൻ ചൂണ്ടക്കയർ കടലിലെറിഞ്ഞ് കടൽക്കരയിൽ ഇരിക്കുന്നു. ഈ മുക്കുവനെപ്പോലെയാണ് സർഗ്ഗനിമിഷങ്ങളിലെ കവി. വാക്കുകൾക്കും കല്പനകൾക്കുംവേണ്ടി കവി സമാധിയിലിരിക്കുന്നു.അബോധത്തിന്റെ ആഴക്കടലിൽനിന്ന് കാവ്യബിംബങ്ങൾ ഉയർന്നുവരുന്നതുവരെ കവി ക്ഷമയോടെ കാത്തിരിക്കുകതന്നെ വേണം. കടലിന്റെ അഗാധതയിൽനിന്നു മത്സ്യങ്ങൾ ചൂണ്ടക്കയറിലേക്ക് വരുന്നതുപോലെതന്നെയാണ്, അബോധമനസ്സിൽനിന്നു കാവ്യബിംബങ്ങൾ ഉയർന്നുവരുന്നത്.

ബോധനവീകരണം

വാസ്തവത്തിൽ കാവ്യനിരൂപണമെന്നു പറഞ്ഞാൽ വാക്കുകളുടെയും ബിംബകല്പനകളുടെയും രഹസ്യത്തെക്കുറിച്ചുള്ള അന്വേഷണമാണ്. കാവ്യബിംബങ്ങൾ സൃഷ്ടിക്കുവാനുള്ള സാമർത്ഥ്യമാണ് ഒരു കവിയുടെ ഏറ്റവും വലിയ സാമർത്ഥ്യം. പണ്ട് രൂപക (metaphor) നിർമ്മാണമാണ് കാവ്യപ്രതിഭയുടെ ഔന്നത്യത്തെ കാണിക്കുന്നതെന്ന് കരുതിയിരുന്നു. ഒരു ജീനിയസ്സിന്റെ അടയാളംതന്നെ രൂപകനിർമ്മാണത്തിനുള്ള സാമർത്ഥ്യമാണെന്ന് ആചാര്യന്മാർ ചൂണ്ടിക്കാണിച്ചു. ഇന്ന് ഒരു കവിയുടെ പ്രതിഭ പരിശോധിക്കുന്നതു കാവ്യബിംബങ്ങളുടെ അപൂർവ്വതയും ശക്തിസൗന്ദര്യവും ആസ്പദമാക്കിയാണ്. അടുത്തുനിന്നു പരിശോധിച്ചാൽ രൂപകവും ബിംബവും പരസ്പരം ബന്ധപ്പെട്ടു നില്ക്കുന്നതായി

1. *The Poetic Image*: C Day Lewis

കാണാം. ഇന്നത്തെ കവി ജീവിതത്തെക്കുറിച്ചുള്ള അന്തർദർശനം ഭാവഗ്രസ്തത ധ്വനിപ്പിക്കുന്ന അടിസ്ഥാനപദങ്ങളിലൂടെയും ബിംബങ്ങളിലൂടെയും വിശദീകരിക്കുന്നു; അനുഭവത്തെ സാന്ദ്രമായ കല്പനകളാക്കി മാറ്റുന്നു. ഇങ്ങനെയുള്ള പദാവലികളും കല്പനകളും ചിലപ്പോൾ ബോധപൂർവ്വം സൃഷ്ടിക്കുന്നു. മറ്റു ചിലപ്പോൾ കവിയറിയാതെ അബോധ മനസ്സിൽനിന്ന് ബിംബകല്പനകൾ പിറവിയെടുക്കുന്നു. ബിംബങ്ങളുടെ കാവ്യഭാഷകൊണ്ട് സംവേദനം നടത്തുന്ന പുതിയ കവികളുടെ കവിതകൾ പഠിക്കുമ്പോൾ, ബിംബകല്പനകളുടെ പ്രാധാന്യം വർദ്ധിക്കുന്നു. പുതിയ വിമർശനസങ്കല്പങ്ങൾ ആവശ്യമായി വരികയും ചെയ്യുന്നു. അതുകൊണ്ടാണ് മലയാള കവിതയിൽ തികച്ചും വ്യത്യസ്തമായ സൗന്ദര്യബോധവും കലാദർശനവും കാഴ്ചവെക്കുന്ന കവിതകളുണ്ടായിത്തുടങ്ങിയപ്പോൾത്തന്നെ കാവ്യവിമർശനത്തിൽ ഒരു ബോധനവീകരണം അനിവാര്യമാണെന്ന് നമ്മുടെ വിമർശകന്മാർ വിളിച്ചു പറഞ്ഞത്. പുതിയ രചനകളിലെ ബിംബകല്പനകളെ പരിചയപ്പെടുത്തിക്കൊണ്ട് പല നിരൂപകരും രംഗത്തുവരികയും കാവ്യവിമർശനത്തിൽ ചില ധീരമായ ചുവടുവെയ്പുകൾ ഉണ്ടാവുകയും ചെയ്തു. എങ്കിലും പൂർണ്ണമായ അർത്ഥത്തിൽ ബോധനവീകരണം ഇവിടെ ഉണ്ടായില്ല. ഇക്കഴിഞ്ഞ കാൽനൂറ്റാണ്ടിനുള്ളിൽ വ്യത്യസ്തങ്ങളായ പല വഴികളിലൂടെ പ്രയാണം നടത്തിയ പുതിയ കവിതയുടെ അർത്ഥരഹസ്യങ്ങളിലേക്ക് വെളിച്ചം വീശുകയും ഈ കാലഘട്ടത്തിന് ഇണങ്ങുന്ന വിമർശനസങ്കല്പങ്ങൾ ഉൾക്കൊള്ളുകയും ചെയ്യുന്ന ധീരവും നൂതനവുമായ ചിന്താശൈലി ഇനിയും വളർന്നു വന്നിട്ടില്ല. പുതിയ കവിതയുടെ മുഖങ്ങൾ ഇന്നത്തെ ഒരു വായനക്കാരന് നല്ല പരിചയമാണ്. അതുകൊണ്ട് ഇപ്പോൾ പുതിയ കവിത ആവശ്യപ്പെടുന്നതു മുഖപരിചയമല്ല. നിശിതമായ മൂല്യനിർണ്ണയം തന്നെയാണ്.

കലാകാരന്റെ ജീവിത സമീപനത്തിലും കാവ്യരൂപങ്ങളെക്കുറിച്ചുള്ള സങ്കല്പത്തിലും മറ്റും വലിയ വ്യത്യാസങ്ങൾ പുലർത്തുന്ന കലാസൃഷ്ടികൾ പരിശോധിക്കുവാൻ പുതിയ കാവ്യനീതികൾ ആവശ്യമായി വരുന്നു. ആവേശം കൊള്ളിക്കുന്ന ആശയലോകവും മധുരം ചുരത്തുന്ന കാവ്യശൈലിയും സ്ത്രൈണമായ സംഗീതബോധവുമെല്ലാം ഉപേക്ഷിച്ച് ജീവിതത്തിന്റെ ആന്തരിക വൈരുദ്ധ്യങ്ങളും പീഡിതനായ മനുഷ്യന്റെ ദുരന്തവും സാധാരണ വായനക്കാർക്ക് അപരിചിതമായ ശൈലിയിലൂടെ ആധുനിക കവികൾ ആവിഷ്കരിച്ചപ്പോൾ ഇവിടെ സൗന്ദര്യശാസ്ത്രപരമായ ഒരു പ്രതിസന്ധിയുണ്ടായിയെന്നു പറയാം. ഈ പ്രതിസന്ധിയെ അതിജീവിക്കുവാൻ ശ്രമിച്ചതു പുതിയ നിരൂപകരാണ്. വ്യക്തമായ അർത്ഥബോധം പോലും ജനിപ്പിക്കാതെ സവിശേഷമായ മാനസിക ഭാവങ്ങൾ മാത്രം സൃഷ്ടിക്കുവാൻ പ്രാപ്തമായ കാവ്യബിംബങ്ങൾക്കൊണ്ടും അനുഭൂതികൾ സംഭൃതമായിരിക്കുന്ന പ്രതിരൂപങ്ങൾകൊണ്ടും പുതിയ കവികൾ ആത്മപ്രകാശനം നടത്തിയപ്പോൾ പുതിയ വിമർശന സങ്കല്പ

നങ്ങളും കാവ്യസങ്കല്പങ്ങളും ഇവിടെ സാവധാനത്തിൽ ഉടലെടുത്തു തുടങ്ങി. യാഥാസ്ഥിതികരുടെ നിന്ദാപരിഹാസങ്ങളെ സധൈര്യം നേരിട്ടുകൊണ്ട് പുതിയ കാവ്യനിരൂപണ സമ്പ്രദായം ഇവിടെ വളർന്നുവന്നു. മലയാളത്തിലെ കാവ്യവിമർശനത്തിന്റെ ചരിത്രത്തിൽ പുതിയൊരു തുടക്കം കുറിച്ച പുസ്തകമാണ് 1970 ൽ പ്രസിദ്ധീകരിച്ച സച്ചിദാനന്ദന്റെ *കുരുക്ഷേത്രം*. എന്നാൽ പിന്നീട് സാഹിത്യ വിമർശകനായ സച്ചിദാനന്ദൻ നേരായ വഴികളിലൂടെയല്ല സഞ്ചരിച്ചത്. എം കെ സാനു, കെ എസ് നാരായണപിള്ള, എം തോമസ് മാത്യു തുടങ്ങിയവർ ആദ്യകാലത്തു വെച്ച ചുവട് വെയ്പുകളിൽത്തന്നെ ഇപ്പോഴും നില്ക്കുന്നു. പൊതുവിൽ നമ്മുടെ കാവ്യവിമർശനത്തിൽ ഒരുതരം ജഡത കടന്നുവന്നിരിക്കുന്നു. അതിനെ അതിജീവിച്ച് പുതിയ കവിത പിന്നിട്ട വഴികളെക്കുറിച്ച് പുതിയൊരു ഉണർവ്വോടെ ഒരു വീണ്ടുവിചാരം ആവശ്യമായി വന്നിരിക്കുന്നു.

വിമർശകന്റെ ധർമ്മം

പുതിയ കാവ്യനിരൂപണം മുൻകാലത്തെ നിരൂപണ സമ്പ്രദായത്തിൽനിന്ന് മൗലികമായും ഭിന്നമായ ചില വഴികളിലൂടെ നീങ്ങുന്നു. മുൻകാല വിമർശകന്മാർ, കവികൾ നേരിട്ട് പറയുകയോ കഥാപാത്രങ്ങളെക്കൊണ്ട് പറയിപ്പിക്കുകയോ ചെയ്യുന്ന ആശയത്തെ ആസ്പദമാക്കിയാണ് മുന്നോട്ടുപോകുന്നത്. അവർ കവിതയിലെ കേവലമായ ആശയത്തിൽ ഊന്നി നിന്നുകൊണ്ടാണ് എഴുത്തുകാരന്റെ ദർശനം പഠിച്ചത്. എന്നാൽ പുതിയ കവിത പഠിക്കുന്ന ഒരുവന് ഇത് സാദ്ധ്യമാകാതെ വരുന്നു, കാരണം കവികൾ നേരിട്ട് 'ആകർഷകമായ' കാര്യങ്ങളൊന്നും പറയുന്നില്ല. ഒരു മികച്ച കവി ഒരിക്കലും തന്റെ വീക്ഷണം കുറെ ഗുണപാഠ വചനങ്ങളിൽ ഒതുക്കിവെക്കുന്നില്ല. ആശയവിനിമയത്തേക്കാൾ ഭാവവിനിമയത്തിന് കവികൾ പ്രാധാന്യം നല്കുന്നു. അർത്ഥത്തേക്കാൾ അർത്ഥത്തിന്റെ അന്തരീക്ഷം സൃഷ്ടിച്ച് കവികൾ മാറിനില്ക്കുകയാണ്. മറ്റൊരു ഭാഷയിൽ പറഞ്ഞാൽ ആശയവും മാനസികഭാവങ്ങളും ശൈലിയും സമന്വയിച്ച് ഒന്നായിത്തീരുന്നു. കവികൾ മുൻകൂട്ടി തീരുമാനിച്ചുറപ്പിച്ച ആശയങ്ങൾ കവിതയുടെ രൂപത്തിലാക്കുകയല്ല. സർഗ്ഗപ്രക്രിയ ഒരു പരിധിവരെ അബോധാത്മകമായി നടക്കുന്ന ഒന്നാണത്. എഴുത്തുകാരനുപോലും വ്യവച്ഛേദിച്ച് അറിയുവാൻ കഴിയാത്ത ഒന്നാണത്. സൃഷ്ടിയുടെ ധന്യമുഹൂർത്തങ്ങൾ സ്വയമുണ്ടാകുന്നു. കവി ഉപയോഗിക്കുന്ന വാക്കുകളുടെ അർത്ഥരഹസ്യം അയാൾ പൂർണ്ണമായി അറിയണമെന്നില്ല. അതുകൊണ്ട് കവിതയുടെ ശില്പഘടന, കാവ്യശൈലി, വാക്കുകൾ, പ്രതിരൂപങ്ങൾ, കാവ്യബിംബങ്ങൾ, സ്വരം, താളം എന്നിവയെല്ലാം വിടർത്തി വിശദീകരിച്ച് കവിതയുടെ ആത്മാവ് കണ്ടെത്തുന്ന മാർഗ്ഗം സ്വീകരിക്കുവാൻ വിമർശകൻ നിർബ്ബന്ധിതനാകുന്നു. ഒരു കവിയുടെ മനസ്സും ദർശനവും കവിതയിലെ 'ആശയ'ത്തിൽ മാത്രമല്ല, കവി ഉപയോഗിക്കുന്ന പദാവലികളിലും കല്പനകളിലും താളഘടനയിലു

മെല്ലാം നിറഞ്ഞുനില്ക്കുന്നു എന്ന ചിന്ത പുതിയ കാവ്യവിമർശനത്തിന്റെ മർമ്മപ്രധാനമായ പ്രത്യേകതയാണ്. കവിതയിലെ ബിംബങ്ങളും താളവും സ്വരവിശേഷതയുമെല്ലാം ശ്രദ്ധിച്ച് അപഗ്രഥിച്ച്, നമ്മുടെ കാവ്യ പാരമ്പര്യവുമായി എങ്ങനെയൊക്കെ ബന്ധപ്പെടുന്നുവെന്ന് അന്വേഷിച്ച് മൂല്യനിർണ്ണയത്തിലേക്ക് കടക്കുകയാണ് വിമർശനത്തിന്റെ ധർമ്മം.

ജീവിതത്തിലെ സാധാരണ യാഥാർത്ഥ്യങ്ങൾ തിരക്കിപ്പോകുന്ന വായനക്കാരെ പുതിയ കവിത വല്ലാതെ വേദനിപ്പിക്കുന്നു. കാരണം ഇന്നത്തെ കവി യാഥാർത്ഥ്യത്തിന്റെ ലോകം ഉപേക്ഷിച്ച്, ആന്തരിക യാഥാർത്ഥ്യം ആവിഷ്കരിക്കുവാൻവേണ്ടി അയഥാർത്ഥമായ ബിംബ കല്പനകളും ഭ്രമകല്പനകളും ഉപയോഗിക്കുന്നു. കവികൾ ഒരുതരം സ്വപ്നാത്മകമായ യാഥാർത്ഥ്യമാണ് ആവിഷ്കരിക്കുന്നത്. അങ്ങനെ കവിത യാഥാർത്ഥ്യത്തിലേക്ക് ഉണരുന്ന സ്വപ്നമായി മാറുന്നു. സത്യത്തെ ബോദ്ധ്യപ്പെടുത്തുന്ന നുണയാണ് കല എന്ന പിക്കാസോവിന്റെ വാക്കുകൾ ആധുനിക ചിത്രകലയ്ക്ക് മാത്രമല്ല പുതിയ കവിതയ്ക്കും യോജിക്കും. അതുകൊണ്ട് വാക്കുകളുടെ കേവലമായ അർത്ഥത്തെ നിഷേധിക്കുന്ന വിരോധാർത്ഥ കല്പനകളും വിരുദ്ധോക്തികളും വെളിപ്പാടിന്റെ ചൈതന്യശക്തി പ്രസരിപ്പിക്കുന്ന ബിംബങ്ങളും നിറഞ്ഞ പുതിയ കവിതയുടെ അർത്ഥമല്ല. വാക്കുകൾ വായനക്കാരിൽ സൃഷ്ടിക്കുന്ന അനുഭൂതികളും ഭാവബന്ധങ്ങളും പ്രതിസ്പന്ദങ്ങളുമാണ് പുതിയ നിരീക്ഷണം അന്വേഷിക്കുന്നത്. കവിതയിലെ 'കഥ' വിസ്തരിച്ച് പറഞ്ഞ് വിമർശനം നടത്തുന്നവർക്ക് പുതിയ കവിത എപ്പോഴും അകലെയായിരിക്കുന്നതും അതുകൊണ്ടാണ്.

അതിവിസ്താരത്തിനെതിരായ കലാപമാണ് ആധുനിക കവിതയെന്ന് പലരും ചൂണ്ടിക്കാണിച്ചിട്ടുണ്ട്. പുതിയ കവികൾ മധുരകോമള കാന്തപദാവലികൾ നിറഞ്ഞ വാചാലവും അലങ്കൃതവുമായ 'സാഹിത്യ ഭാഷ' ഉപേക്ഷിച്ച് പരുഷവും ഗ്രാമീണവുമായ പദങ്ങൾ നിറഞ്ഞ ധ്വനന ശക്തിയുള്ള നവീനമായ കാവ്യഭാഷ സൃഷ്ടിച്ചെടുത്തും ആവർത്തിച്ചു വികലമാക്കപ്പെട്ട വാക്കുകൾ വിരുദ്ധാർത്ഥത്തിൽ പ്രയോഗിച്ചും, പഴയ വാക്കുകൾക്ക് പുതിയൊരു ജീവിതം നല്കിയും ഗ്രാമീണമായ സംഭാഷണഭാഷയിലെ ശൈലികൾ കടമെടുത്തും കന്യകാത്വം നഷ്ടപ്പെട്ടിട്ടില്ലാത്ത നാടോടിപ്പാട്ടുകളിലെ പദങ്ങൾ സ്വീകരിച്ചുമാണ് കവികൾ പുതിയ ഭാഷ രൂപപ്പെടുത്തിയത്. അങ്ങനെ നമ്മുടെ പരമ്പരാഗതമായ കാവ്യ ശൈലിയുമായി പൂർണ്ണമായും തെറ്റിപ്പിരിഞ്ഞ്, ആദിമവും ആധുനികവുമായ ഭാവബദ്ധതകൾ ധ്വനിപ്പിച്ചു കേൾപ്പിക്കുന്ന പുതിയൊരു കാവ്യ ശൈലി, ഇക്കഴിഞ്ഞ രണ്ട് ദശകക്കാലത്തിനുള്ളിൽ മലയാള കവിതയിൽ പിറവിയെടുത്തു കഴിഞ്ഞു. മധുരമനോജ്ഞമായ 'സാഹിത്യഭാഷ'യ്ക്ക് പകരം വികാരത്തിന്റെയും അനുഭൂതികളുടെയും ലോകം തുറന്നിടുന്ന നവീനശൈലി പ്രബലമായതോടെ മലയാളകവിതയ്ക്ക് ഇടക്കാലത്ത് നഷ്ടപ്പെട്ട മാന്ത്രികശക്തി വീണ്ടെടുക്കുവാൻ സാധിച്ചു. കവി ഉപയോ

ഗിക്കുന്ന വാക്കുകൾ വെറും വാക്കുകളല്ല, അർത്ഥത്തിന്റെ പല മേഖലകളെ സ്പർശിക്കുന്ന മാന്ത്രികവാക്കുകളാണ്. അതുകൊണ്ട് മികച്ച കവിതയ്ക്ക് മാന്ത്രികമായ സ്തോത്രത്തിന്റെ സ്വരം ഉണ്ടായിരിക്കുകയും ചെയ്യും.

ഒറ്റനോട്ടത്തിൽ ബന്ധമില്ലെന്നു തോന്നുന്ന കല്പനകളും കവിതയുടെ സമഗ്രഭാവവുമായി ബന്ധപ്പെട്ട് കവിതയ്ക്ക് പുതിയ അർത്ഥവും മാനവും നല്കുന്നതു കാണാം. കാവ്യബിംബങ്ങൾ ഒരു തരം മാന്ത്രിക കണ്ണാടികളാണെന്ന് ഒരു വിമർശകൻ പറയുന്നു. കവിതയിലെ ബിംബകല്പനകൾ പല കോണുകളിലേക്ക് തിരിച്ചുവെച്ചിരിക്കുന്ന ഒരു കൂട്ടം കണ്ണാടികളാണ്. കാവ്യ വസ്തുവിന്റെ ചലനമനുസരിച്ച് കണ്ണാടികളിൽ പ്രതിഫലനങ്ങളുണ്ടാകുന്നു. യാഥാർത്ഥ്യത്തിന്റെ വെറും പ്രതിഫലനമല്ല അത്. കവിതയിലെ ഇതിവൃത്തത്തിന് ജീവിതവും രൂപവും നല്കുന്ന മാന്ത്രികമായ പ്രതിഫലനമാണ്. ഇത്തരത്തിലുള്ള ബിംബങ്ങളുടെ മാന്ത്രിക ശക്തിവിശേഷം അറിയുന്നു എന്നു പറഞ്ഞാൽ കവിത അറിയുന്നു എന്നാണ് അർത്ഥം.* വൈലോപ്പിള്ളി പുതിയ കവികളെപ്പോലെ ബിംബങ്ങളുടെ കാവ്യഭാഷയിലൂടെ സംസാരിച്ച ഒരു കവിയല്ല. എങ്കിലും അദ്ദേഹത്തിന്റെ കവിതകൾ വായിച്ചുപോകുമ്പോൾ ചില കല്പനകൾ വായനക്കാരുടെ മനസ്സിനെ അഗാധമായി സ്പർശിക്കാറുണ്ട്. കാര്യങ്ങൾ നേരിട്ടു പറയുന്ന കവിയാണ് വൈലോപ്പിള്ളി. മനുഷ്യവീര്യത്തിന്റെ ഗാഥകൾ രചിക്കുകയും മരണത്തെപ്പോലും മനുഷ്യന് ജയിക്കുവാൻ കഴിയുമെന്ന് സൃഷ്ടികളിലൂടെ സൂചിപ്പിക്കുകയും ചെയ്ത വൈലോപ്പിള്ളി ബിംബകല്പനകളിലൂടെയും തന്റെ കാഴ്ചപ്പാട് വിശദമാക്കാറുണ്ട്. 'പന്തങ്ങൾ' എന്ന ചെറിയ കവിത ഇതിനുദാഹരണമാണ്. മനുഷ്യജീവിതത്തെക്കുറിച്ചുള്ള പ്രകാശപൂർണ്ണമായ ദർശനം പന്തങ്ങൾ എന്ന പ്രതീക കല്പനയിലൂടെ കവി വിശദമാക്കുകയാണ്. അഗ്നിസ്മിതം, കനകക്കതിർ, അറിവിൻ തിരികൾ, മിന്നൽ എന്നിങ്ങനെയുള്ള കരുത്തിന്റെയും പ്രകാശത്തിന്റെയും നിരവധി കല്പനകൾ വൈലോപ്പിള്ളിക്കവിതയിൽ

---

* കുമാരനാശാന്റെ കൃതികളെക്കുറിച്ച് നിരവധി പഠനങ്ങൾ ഉണ്ടായിട്ടുണ്ടെങ്കിലും ആ കവിയുടെ കാവ്യപ്രതിഭയുടെ പ്രധാന വശങ്ങളിൽ പലതും ഇനിയും വെളിപ്പെടാതെ കിടക്കുന്നു. കവി ഉപയോഗിച്ച കല്പനകളും പ്രതിരൂപങ്ങളും അപഗ്രഥിച്ച് കവിയുടെ ഹൃദയത്തിലേക്ക് ചെല്ലുവാൻ ആരും ശ്രമിച്ചു കണ്ടില്ല, *നളിനി, ലീല* എന്നീ കാവ്യങ്ങളെ കവി താമരപ്പൂവ്, ചെമ്പകപ്പൂവ് എന്നിങ്ങനെ വിശേഷിപ്പിക്കുകയും, ആ പൂക്കൾക്ക് ഇതിവൃത്ത ശില്പത്തിൽ പ്രത്യേക പ്രാധാന്യം നല്കുകയും ചെയ്തിട്ടും, ആ കല്പനകളുടെ രഹസ്യമെന്തെന്ന് അന്വേഷിക്കുവാൻ ഒരു വിമർശകനും തയ്യാറായിട്ടില്ല. സ്ത്രീ പുരുഷബന്ധത്തിന്റെ അഗാധതയും ജീവിതത്തിന്റെ അർത്ഥവും വിശദമാക്കുവാൻ കവി ഭാഷ എങ്ങനെ ഉപയോഗിച്ചുവെന്നും താളവും സ്വര സവിശേഷതയും എങ്ങനെ കവിയുടെ ദർശനബോധവുമായി ഇണങ്ങിപ്പോകുന്നുവെന്നും വിശദമാക്കുവാനും ശ്രമിച്ചിട്ടില്ല എന്ന കാര്യം കൂടി ഈ അവസരത്തിൽ ഓർക്കുക.

പ്രവഹിക്കുന്നുണ്ട്. ഇത്തരം കല്പനകളിൽ ജീവിതത്തെക്കുറിച്ചുള്ള കവിയുടെ ദീപ്തമായ ദർശനം നിറഞ്ഞുനില്ക്കുന്നു. വൈലോപ്പിള്ളിയുടെ കാവ്യജീവിതത്തെ സമഗ്രമായി പരിശോധിക്കുമ്പോൾ പന്തങ്ങൾ എന്ന ചൂടും വെളിച്ചവും പരത്തുന്ന ബിംബകല്പനയ്ക്ക് വലിയ അർത്ഥപ്രസക്തിയുണ്ടെന്ന് കാണാം.

കടമ്മനിട്ട രാമകൃഷ്ണന്റെ 'ശാന്ത'യിലെ അറ്റുപോയ തലയ്ക്കു നേരെയിഴയുന്ന ജഡംപോലെ അസ്തമിക്കുന്ന സന്ധ്യ എന്ന ബിംബകല്പന ആ കവിതയിൽ പതഞ്ഞുയരുന്ന താളലഹരിക്കും കവിതയിലെ അന്തരീക്ഷത്തിനും യോജിച്ച ഒരു കല്പനയല്ലെന്ന് ഒരാൾക്ക് പെട്ടെന്ന് തോന്നിയേക്കാം. എന്നാൽ കവിത മുഴുവൻ വായിച്ചു കഴിയുമ്പോൾ കവിതയിലെ ഭാവസ്പന്ദനങ്ങളുമായി ആഴത്തിൽ ബന്ധപ്പെടുന്ന ഒരു കല്പനയാണ് അതെന്ന് മനസ്സിലാക്കാം. മടുപ്പിന്റെ തടവറയിൽനിന്ന് ഒരു നിമിഷം മോഷ്ടിച്ചെടുത്താണ് കവിതയിലെ നായകൻ ഗ്രാമത്തിലേക്ക് വരുന്നതെന്നും ആ ഗ്രാമം മുഴുവൻ ഭീകരമായ വിപത്തിന്റെ മുമ്പിൽ പതറിനില്ക്കുകയാണെന്നും അറിയുമ്പോൾ ആ കല്പനയുടെ അർത്ഥപ്രസക്തി വർദ്ധിക്കുന്നു. 'ദുസ്സഹമായ വേദനകൊണ്ട് ചിറികോട്ടി നില്ക്കുന്ന ദിക്കുകൾ', 'വസൂരിക്കല വീണ ആകാശത്തിന്റെ മുഖം', 'കാലൊടിഞ്ഞ നായ്ക്കളുടെ ഓരി' എന്നിങ്ങനെയുള്ള ദുഃഖവും അമർത്തിയ ക്ഷോഭവും ഘനീഭവിച്ചു കിടക്കുന്ന നിരവധി കല്പനകളുമായി ബന്ധപ്പെടുമ്പോൾ അനുവാചകമനസ്സിൽ ഈ കാലത്തിന്റെ ദുരന്തം അതിന്റെ ഭീകരരൂപം പൂണ്ട് പ്രത്യക്ഷപ്പെടുന്നു. കവി ഉപയോഗിക്കുന്ന ഇത്തരം കല്പനകളിൽ ഇന്നത്തെ ജീവിതത്തിന്റെ അവസ്ഥ നന്നായി പ്രതിഫലിക്കുന്നു. ഒരു കാലഘട്ടത്തിലെ മനുഷ്യാനുഭവങ്ങളുടെ തീവ്രത ഏറ്റവും നന്നായി അറിയുന്നത് സംവേദനശക്തിയുള്ള കലാകാരന്മാരാണ്. അവർ അറിഞ്ഞ യാഥാർത്ഥ്യം പുതിയ രൂപത്തിൽ അവതരിപ്പിക്കുന്നു എന്നുമാത്രം. മുകളിൽ പറഞ്ഞ ബിംബങ്ങളിലും മനുഷ്യാനുഭവങ്ങൾ ഘനീഭവിച്ചു കിടക്കുന്നതുകൊണ്ടാണ് അവ വായനക്കാരുടെ മനസ്സിൽ ആഴമേറിയ മുറിവുകൾ ഉണ്ടാക്കുന്നത്.

സ്വരരീതിയും ദർശനവും

എഴുത്തുകാരന്റെ സ്വരരീതി (tone) സാഹിത്യത്തെ ശ്രദ്ധയോടെ സമീപിക്കുന്നവർക്കു പ്രധാനപ്പെട്ടതാണ്. വാസ്തവത്തിൽ ബിംബങ്ങളും സ്വരരീതിയും താളവുമെല്ലാം കവിതയുടെ ജൈവഘടനയിൽനിന്നു വേർപെടുത്താൻ കഴിയാത്തവയാണ്. കാവ്യവസ്തുവിന്റെ തന്നെ സഹജമായ ഭാഗമാണ് സ്വരരീതി (.... tone is a concomitant part of subject matter) യെന്ന് കവിതയെക്കുറിച്ച് വിശദമായി പഠിച്ചവർ ചൂണ്ടിക്കാണിക്കുന്നുണ്ട്[2]. സ്വരസവിശേഷത കവിതയ്ക്ക് പുതിയ അർത്ഥതലങ്ങൾ

2. *Poetry from Statement to Meaning*: Jarome Beaty and Willian H Matchett.

സംഭാവന നല്കുന്നു. ഭാവവൈപരീത്യവും, ന്യൂനോക്തിയും അത്യുക്തിയും പിറവിയെടുക്കുന്നതു സ്വരസവിശേഷതയുടെ പ്രത്യേകത കൊണ്ടാണ്. കവിതയുടെ ടോൺ മനസ്സിലാക്കിയില്ലെങ്കിൽ വായനക്കാർ ചതിക്കുഴികളിൽ വീണുപോകും. അയ്യപ്പപ്പണിക്കരുടെ 'കുടുംബപുരാണ'ത്തിന്റെ അവസാനഭാഗം, കാർട്ടൂൺ കവിതകൾ, ജി കുമാരപിള്ളയുടെ 'തത്തച്ചേ...പൂമ്മ...പൂമ്മ', 'കിറുക്കന്മാർ', 'കായംകുളം' തുടങ്ങിയ കവിതകൾ, കുഞ്ഞുണ്ണിക്കവിതകൾ, കടമ്മനിട്ടയുടെ 'ചാക്കാല', 'ഭാഗ്യശാലികൾ', 'ആ പശുക്കുട്ടിയുടെ മരണം' തുടങ്ങിയ കവിതകൾ - ഇവയൊക്കെ വായിക്കുമ്പോൾ സ്വരഘടന സൃഷ്ടിക്കുന്ന ആശ്ചര്യകരങ്ങളായ കാവ്യാനുഭൂതികൾ നാം അറിയുന്നു. ഇവിടെ കവിതയുടെ ടോൺ ദർശനമായി മാറുകയാണ്. സ്വരസവിശേഷതകൾകൊണ്ട് ശ്രദ്ധേയമായ ഈ കവിതകൾ സമീപകാലത്തെ ഭാവാത്മക (lyrical) കാവ്യപാരമ്പര്യത്തെ ഉപേക്ഷിച്ച് ഭാവവൈപരീത്യത്തിന്റെ കല സ്വീകരിക്കുന്നു. ഇന്നത്തെ കവിക്ക് വീണാഗാനത്തിന്റെ ശ്രുതിലയംപോലെ ഉയരുന്ന ഭാവാത്മക കവിതകളെഴുതുവാൻ കഴിയുന്നില്ല. കാരണം കവികളുടെ ബോധമണ്ഡലം ഭീകരമായ ആത്മീയ പ്രതിസന്ധികളിൽ അകപ്പെട്ടിരിക്കുന്നു. കവിയുടെ ചേതനയിൽ കിരാതമായ സംഘർഷം നടക്കുന്നു. കലയിലെ പരീക്ഷണങ്ങളുടെയും, ആവിഷ്കരണമാർഗ്ഗങ്ങളുടെയും പിന്നിൽ സാംസ്കാരിക ജീവിതത്തിന്റെ ശക്തമായ പ്രേരണയുണ്ട്. കലയിലുണ്ടാകുന്ന വിവിധ ഘട്ടങ്ങൾക്ക് സാമൂഹ്യചലനങ്ങളുമായി അഗാധമായ ബന്ധമുണ്ടെന്ന് ചിത്രകലയെക്കുറിച്ച് എഴുതിയപ്പോൾ ഹെർബർട്ട് റീഡ് ചൂണ്ടിക്കാണിച്ചു[3]. മലയാളകവിതയിൽ കഴിഞ്ഞ ദശകത്തിലുണ്ടായ ആവിഷ്കരണമാർഗ്ഗങ്ങളുടെ പിന്നിലും സാമൂഹികവും സാംസ്കാരികവുമായ ജീവിതത്തിന്റെ സ്വാധീനം പ്രകടമായി കാണാം. ഇന്നത്തെ സാംസ്കാരികവും രാഷ്ട്രീയവുമായ അന്തരീക്ഷത്തിൽ അപകടകരമായ വൈപരീത്യം പതിയിരിക്കുന്നു. ഹിമാലയത്തോളം ഉയർത്തിപ്പിടിക്കുമ്പോൾത്തന്നെ മറുഭാഗത്തു പാതാളത്തോളം താണുപോകുന്ന അധർമ്മമൂർത്തിയെ പുണരുന്ന അത്യന്തം ആപല്ക്കരമായ വിപരീതഭാവം ഇന്ന് എവിടെയും കാണാം. ആർദ്രഹൃദയനായ ഒരു കലാകാരന്റെ ബോധമണ്ഡലത്തെ ഈ വൈപരീത്യം ദയവില്ലാതെ മുറിവേല്പിക്കുന്നു. ആ മുറിവിൽനിന്നും പിറക്കുന്ന പാട്ട് 'മധുരതര'മാകുന്നില്ല. ആ പാട്ടുകൾ ഒരുതരം തീക്കൊള്ളികളുടെ പാട്ടായി മാറുകയാണ്. പൊതുവേ ഗംഭീരവും ഗൗരവാവഹവുമായ രീതി സ്വീകരിക്കുന്ന വൈലോപ്പിള്ളിപോലും കഴിഞ്ഞ ദശകത്തിൽ കാർട്ടൂൺ കവിതകളെഴുതിയത് ഇക്കാലത്തെ വൈപരീത്യം കണ്ടായിരിക്കണം. തൊട്ടാൽ പൊള്ളിപ്പോകുന്ന ഇത്തരം പാട്ടുകളിൽ മനുഷ്യജീവിതത്തിനു സംഭവിച്ച ശൈഥില്യം പ്രകടമാകുന്നു. കവികളുടെ രോഷവും പ്രതിഷേധവും പ്രതിദ്ധ്വനിക്കുന്നു. മുകളിൽ

3. *The Philosophy of Modern Art* by Herbert Read.

സൂചിപ്പിച്ച കവിതകളുടെ സ്വരരീതി ഉൾക്കൊള്ളുവാൻ കഴിയാത്തവരെ സംബന്ധിച്ചിടത്തോളം ഇത്തരം കവിതകൾ അർത്ഥശൂന്യമായ വാക്കുകളുടെ മുഴക്കമായി അനുഭവപ്പെടും. അവർ കവിതയിലെ സ്വരരീതിയെക്കുറിച്ച് പഠിച്ചു തുടങ്ങുകയെങ്കിലും വേണം. പരിഹാസകവിതകളിൽ മാത്രമല്ല സ്വരഘടന ഭാവബന്ധങ്ങൾ സൃഷ്ടിക്കുന്നത്. മികച്ച എല്ലാ കവിതകളിലും എഴുത്തുകാരന്റെ കാഴ്ചപ്പാട് കണ്ടെത്തുവാൻ സ്വരരീതി സഹായിക്കുന്നു.

താളവും താളത്തകർച്ചയും

കവിതയിലെ ആന്തരികതാളം കാവ്യവസ്തുവിന്റെ ഭാഗം തന്നെയാണ്. കവിതയിലെ സംഗീതവും അലങ്കാരവസ്തുക്കളല്ല കാവ്യാത്മാവിന്റെ അംശംതന്നെയാണ്. വാക്കുകളുടെ പിന്നിൽ സംഭൃതമായിരിക്കുന്ന സംഗീതം ആസ്വാദനവേളയിൽ ഉണരുന്നു. ചിലപ്പോൾ വാക്കുകളുടെ അർത്ഥത്തേക്കാൾ അത് സൃഷ്ടിക്കുന്ന സംഗീതത്തിന് പ്രാധാന്യം കൊടുക്കേണ്ടിവരും. ഒരു വാക്കിന്റെ സംഗീതം ആ വാക്കിനുശേഷം വരുന്ന വാക്കുകളുമായുള്ള അതിന്റെ ബന്ധത്തേയും കാവ്യസന്ദർഭത്തേയും ആശ്രയിച്ചിരിക്കുന്നു.[4] കവിതയിലെ പദങ്ങൾ സൃഷ്ടിക്കുന്ന സംഗീതം കലാകാരന്റെ ദർശനത്തെ കുറിക്കുന്നു. സാഹിത്യത്തിലെ സംഗീതത്തെ 'ബാഹ്യഘടക'മായി കാണുകയും 'സംഗീതസ്പർശമില്ലാത്ത സാഹിത്യാസ്വാദമാണ് ഏറ്റവും ഉത്തമമായ സാഹിത്യാസ്വാദം' എന്ന് വാദിക്കുകയും ചെയ്ത കുട്ടിക്കൃഷ്ണമാരാർപോലും അർത്ഥസമർപ്പകമെന്ന നിലയിൽ സാഹിത്യകലയിലെ ശബ്ദഘടനയെ അംഗീകരിക്കുന്നുണ്ട്.[5] കടമ്മനിട്ടയുടെ കവിതകളിലെ താളബോധം കണ്ട് കവിത വെറും ശബ്ദഘോഷമായി അധഃപതിക്കുന്നുവെന്ന് കഥയില്ലാത്ത പരാതികൾ പറയുന്നവർ ഇപ്പോഴുമുണ്ട്. എന്നാൽ 'കാട്ടാളൻ', 'കിരാതവൃത്തം', 'കടമ്മനിട്ട' തുടങ്ങിയ കവിതകളിലെ മദിച്ചുയരുന്ന താളം ആ കവിതകളുടെ ജൈവാംശം തന്നെയാണെന്നും, ഇരുട്ടിൽനിന്ന് വെളിച്ചത്തിലേക്ക് നീങ്ങുന്ന കവിയുടെ ദർശനം അത് പ്രതിദ്ധ്വനിപ്പിച്ചു കേൾപ്പിക്കുന്നുവെന്നും, ഉണർത്തുപാട്ടുകളുടെ താളമാണ് അതെന്നും അറിയുന്നവർക്ക് ആ കവിതകളിലെ താളലഹരിയെക്കുറിച്ച് അപവാദം പറയുവാൻ കഴിയില്ല. മാത്രമല്ല നാടോടിക്കലാ സംസ്കാരത്തിൽനിന്ന് ഊറിക്കൂടിയ അംശമാണ് അവിടെ ആവിഷ്കരിക്കുന്നതെന്നും, അതിന് പതഞ്ഞുയരുന്ന താളഘടന അനിവാര്യമാണെന്നും എടുത്തുപറയണം. കടമ്മനിട്ട കാവ്യവസ്തുവിന്റെ വ്യത്യാസമനുസരിച്ച് താളരീതികളും മാറ്റുന്നുണ്ട്. 'കിരാതവൃത്തം', 'നഗരത്തിൽ പറഞ്ഞ സുവിശേഷം', 'ചാക്കാല' എന്നീ കവിതകൾ പരിശോധിച്ചാൽ കാവ്യവസ്തുവിന്റെ മാറ്റമനുസരിച്ച്

4. *On Poetry and Poets*: T S Eliot
5. *സാഹിത്യവിദ്യ*: കുട്ടിക്കൃഷ്ണമാരാർ

വ്യത്യസ്തമായ കാവ്യസംഗീതം കവി സമർത്ഥമായി ഉപയോഗിക്കുന്നത് കാണാം. ഇടശ്ശേരിയുടെ 'കാവിലെ പാട്ട്', 'പൂതപ്പാട്ട്' എന്നീ കവിതകളിൽ ഉപയോഗിച്ചിരിക്കുന്ന നാടോടിപ്പാട്ടുകളുടെ താളരീതികൾ ആ കവിതയിലെ ഇതിവൃത്തമായും അന്തരീക്ഷ കല്പനയുമായും ദർശനബോധവുമായും ഇണങ്ങിപ്പോകുന്നു. സുഗതകുമാരിയുടെ കവിതകളിലെ കാവ്യസംഗീതം കവിതയുടെ മനസ്സിൽ ഘനീഭവിച്ചു കിടക്കുന്ന ദുഃഖത്തിന്റെ കരിനീലിച്ച അന്തരീക്ഷം ആവാഹിച്ചെടുക്കുന്നു. വിഷാദത്തിന്റെ ധ്വനികൾ കലർന്ന ആ സംഗീതം പാവം മാനവഹൃദയങ്ങളിലെ ഇരുളും വേദനയും വെളിപ്പെടുത്തുന്നു. എന്നാൽ സച്ചിദാനന്ദന്റെയും എ അയ്യപ്പന്റെയും കവിതകളിലേക്ക് വരുമ്പോൾ കവിതയിലെ താളഘടന പുതിയ മാനദണ്ഡങ്ങൾ നേടിയെടുക്കുന്നതായി കാണാം. അവരുടെ കവിത താളത്തകർച്ചയുടെ കവിതയാണ്. പീഡിതനായ മനുഷ്യന്റെ ദുരന്തം കരുത്തുറ്റ പരുക്കൻ ബിംബങ്ങളുടെ സംഘർഷത്തിലൂടെ സച്ചിദാനന്ദൻ അവതരിപ്പിക്കുമ്പോൾ മുറിവേറ്റ സംഗീതം അപശ്രുതികളായി മാറുന്നു. ഈ അപശ്രുതികൾക്കും കാവ്യാസ്വാദനത്തിൽ തീർച്ചയായും പ്രസക്തിയുണ്ട്. ഗദ്യത്തിന്റെ അവസ്ഥയിലേക്ക് നീങ്ങുന്ന നിരവധി കവിതകളിൽ വന്ധ്യതയുടെ താളം സവിശേഷമായ ഭാവമണ്ഡലങ്ങൾ സൃഷ്ടിക്കുന്നത് പുതിയ കവിത പഠിക്കുമ്പോൾ ആർക്കും കാണാം.

വാക്കുകളുടെയും പ്രതിരൂപങ്ങളുടെയും പൊരുൾ തേടിയും, അവ ഉണർത്തിവിടുന്ന ഭാവബന്ധങ്ങൾ വിശദീകരിച്ചും സ്വരഘടനയും കാവ്യസംഗീതവും സൃഷ്ടിക്കുന്ന അനുഭൂതികളുടെ ലോകം തുറന്നുകാട്ടിയും നീങ്ങുന്നതോടെ വിമർശനത്തിന്റെ കടമ അവസാനിക്കുന്നില്ല. കവികൾ മലയാളകാവ്യ പാരമ്പര്യത്തെ എങ്ങനെയൊക്കെ നവീകരിക്കുന്നു എന്നുകൂടി അന്വേഷിക്കേണ്ടതുണ്ട്. മറ്റൊരു ഭാഷയിൽ പറഞ്ഞാൽ ആദിമകാലം മുതലുള്ള നമ്മുടെ കാവ്യസംസ്കാരവുമായി പുതിയ കവി എങ്ങനെ ബന്ധപ്പെടുന്നുവെന്നുകൂടി വിമർശകൻ തിരയുന്നു. അങ്ങനെ സാഹിത്യപഠനം സംസ്കാരപഠനമായി മാറുമ്പോഴാണ് മൂല്യനിർണ്ണയം പൂർണ്ണമാകുന്നത്.

കാവ്യവിമർശനത്തിലെ വെളുപ്പും കറുപ്പും

കലാസൃഷ്ടിയുടെ നേരെ വായനക്കാരന്റെ മനസ്സും ഹൃദയവും ചേർത്തുവച്ചു നടത്തുന്ന വിചാരങ്ങൾ മറ്റൊരു കലാസൃഷ്ടിയായി മാറുന്ന സങ്കീർണ്ണമായ പ്രക്രിയയാണ് വാസ്തവത്തിൽ സാഹിത്യവിമർശനം. അത് ആത്മീയമായ ഒരു സാഹസികയാത്രയാണ്. മുൻവിധിയുടെ തടങ്കൽപ്പാളയങ്ങളിൽ നിന്നകന്ന്, സ്വച്ഛന്ദമായ മനസ്സുമായി കലാസൃഷ്ടിയോട് നടത്തുന്ന രഹസ്യസംവാദത്തിൽ വായനക്കാരന് ലഭിച്ച സൗന്ദര്യദർശനവും ജീവിതസങ്കല്പവും പ്രധാന ഘടകമായിത്തീരാറുണ്ട്. യഥാർത്ഥത്തിൽ വിമർശകൻ സാഹിത്യകൃതികളിലെ സൗന്ദര്യം വിശദീകരിക്കുകയല്ല, തന്റെ സൗന്ദര്യബോധവുമായി കൃതി എത്രമാത്രം ഇണങ്ങിപ്പോകുന്നുവെന്ന് വിശദമാക്കുകയാണ് ചെയ്യുന്നത്. ഒരാളിൽ സൗന്ദര്യബോധം രൂപപ്പെടാൻ അയാൾ പരിചയിച്ച കലാസൃഷ്ടികളും ജീവിതാനുഭവങ്ങളും. സഹജമായ പ്രേരണകളുമെല്ലാം സഹായിക്കുന്നുണ്ട്. ചിലപ്പോൾ വിമർശകന്റെ കലാബോധവും കൃതികളിലെ അനുഭൂതികളും തമ്മിൽ ലയിച്ചുചേർന്ന് ആഹ്ലാദത്തിന്റെ ഉന്മാദനിമിഷങ്ങളാകുന്നു. മറ്റു ചിലപ്പോൾ അവ തമ്മിൽ തെറ്റിപ്പിരിഞ്ഞ് രോഷത്തിന്റെ തീ കത്തിപ്പടരുന്നു. ഇതാണ് സാഹിത്യവിമർശനത്തിൽ എപ്പോഴും സംഭവിക്കുന്നത്. അതുകൊണ്ട് ഉയർന്ന സൗന്ദര്യബോധവും സൂക്ഷ്മമായി കാര്യങ്ങൾ കാണുന്നതിന് ഉൾക്കാഴ്ചയുള്ള കണ്ണുകളും കണ്ട കാര്യങ്ങൾ ശരിയായി രേഖപ്പെടുത്തുവാനുള്ള സത്യസന്ധതയുമാണ് സാഹിത്യ വിമർശകന്റെ കൈമുതൽ.

സാഹിത്യവിമർശനം ആനന്ദവും വേദനയും നിറഞ്ഞ സ്വകാര്യാനുഭവങ്ങളുടെ സത്യകഥനമാണ്. സാഹിത്യത്തിന്റെ വിധികർത്താവ് എന്നർത്ഥം വരുന്ന Kritikos എന്ന ഗ്രീക്കു പദത്തിൽനിന്നാണ് ക്രിട്ടിക്

പദമുണ്ടായത്. ആദ്യകാലങ്ങളിൽ വിമർശകൻ വിധികർത്താവ് എന്ന നിലയിലാണ് അറിയപ്പെട്ടതും. എന്നാൽ പിന്നീട് വിധിയെഴുത്തിനും വ്യാഖ്യാനത്തിനും ഉപരി മൂല്യനിർണ്ണയം എന്ന ലക്ഷ്യത്തിലേക്ക് വിമർശനം നീങ്ങി. കലയുമായുള്ള വിമർശകന്റെ രഹസ്യബന്ധത്തിന്റെ ചരിത്രം വിശദീകരിച്ചാണ് മൂല്യനിർണ്ണയത്തിലേക്ക് കടന്നത്. സൃഷ്ടിപോലെ തന്നെ വിമർശനവും ധ്യാനത്തിന്റെ തലത്തിലേക്ക് ഉയരുമ്പോഴുദിക്കുന്ന വിചാരങ്ങളാണ്. സ്വകാര്യമായ വെളിപാടിന്റെ സ്വരം അതിനുണ്ട്. മനശാസ്ത്രത്തിന്റെയോ സാമൂഹ്യശാസ്ത്രത്തിന്റെയോ രംഗത്തെ പുത്തൻ പദ്ധതികളുമായി കലാസൃഷ്ടികളെ ബന്ധപ്പെടുത്തി ചിന്തിക്കുമ്പോഴും സ്വന്തം അനുഭവങ്ങളുടെയും അനുഭൂതികളുടെയും ആഴം വിശദമാക്കുകയാണ് ഒരാൾ ചെയ്യുന്നത്. വിമർശകർ ഏതെങ്കിലും ചിന്താപദ്ധതി ഉപയോഗിക്കുന്നതുതന്നെ കലാസൃഷ്ടിയുമായുള്ള തന്റെ ബന്ധം കൂടുതൽ വിശദമാക്കുവാനും സ്വന്തം അനുഭൂതികളുടെ വ്യാപ്തി അറിയുവാനുമാണ്. ഭാവങ്ങൾ സഹൃദയനിഷ്ഠമാണെന്നും, ആസ്വാദനവേളയിൽ സഹൃദയന്റെ ഉള്ളിൽ സുപ്തരൂപത്തിൽ കിടക്കുന്ന ഭാവങ്ങൾക്ക് ഉണർവ്വ് സംഭവിക്കുന്നുവെന്നും, രസചർച്ചയിൽ പങ്കെടുത്തുകൊണ്ട് ഭാരതീയ സൗന്ദര്യശാസ്ത്രരംഗത്തെ അതികായനായ അഭിനവഗുപ്തൻ അഭിപ്രായപ്പെട്ടത് കലാസൃഷ്ടിയും ആസ്വാദകനും തമ്മിലുള്ള ആത്മബന്ധത്തെ എടുത്തുകാട്ടുന്നു. ഏതെങ്കിലും ചിന്താപദ്ധതി ആത്മസ്പർശമില്ലാതെ യാന്ത്രികമായി വിമർശനത്തിലുപയോഗിച്ചാൽ, അതു കലാസൃഷ്ടിയുടെമേൽ വലിയൊരു ഭാരമായിത്തീർന്ന് അതിനെ നശിപ്പിച്ചുകളയും. ഇത്തരം ഭീകരപ്രവർത്തനങ്ങൾ സാഹിത്യവിമർശനത്തിന്റെ രംഗത്ത് ഇടയ്ക്കിടയ്ക്ക് നടക്കാറുണ്ട്.

ആത്മീയവും ഭൗതികവുമായ ഇരുട്ടിൽ കഴിഞ്ഞ മനുഷ്യസമൂഹത്തിന് വിദ്യയും വെളിച്ചവും നല്കിയ പ്രൊമിത്യൂസാണ് ഒരർത്ഥത്തിൽ സാഹിത്യവിമർശകൻ. സ്വർഗ്ഗീയമായ അഗ്നിവിമർശനം ഉള്ളിൽ സൂക്ഷിക്കുന്നു. കലയെപ്പോലെ വിമർശനവും സത്യത്തിന്റെയും സൗന്ദര്യത്തിന്റെയും സൂര്യനിൽനിന്നാണ് വെളിച്ചം സംഭരിക്കുന്നത്. കലയിലെപ്പോലെ വിമർശനത്തിലും കേവലമായ യുക്തിക്കല്ല പ്രാധാന്യം, വികാരത്തിന്റെയും സൗന്ദര്യത്തിന്റെയും യുക്തിക്കാണ്. കലാസൃഷ്ടിയുമായി ബന്ധപ്പെടുന്ന ഒരുവന്റെ സ്വകാര്യ വിശ്വാസങ്ങളും ജീവിത സങ്കല്പവും, സ്വാർജ്ജിതമായ സംസ്കാരവുമെല്ലാം ആസ്വാദനമെന്ന പ്രക്രിയയിൽ പ്രവർത്തിക്കുന്നുണ്ടെങ്കിലും പ്രധാന സംഗതി കലയുമായുള്ള വായനക്കാരന്റെ വ്യക്തിപരമായ ബന്ധമാണ്. കുട്ടിക്കൃഷ്ണമാരാർ ചൂണ്ടിക്കാണിച്ചതുപോലെ വിമർശകനും കൃതിയും തമ്മിലുള്ള പൊരുത്തവും പൊരുത്തക്കേടുമാണ് സാഹിത്യ വിമർശനത്തിലെ മൗലികമായ കാര്യം. താനും കലാസൃഷ്ടിയും തമ്മിലുള്ള പൊരുത്തമോ, പൊരുത്തക്കേടോ വികാരത്തിന്റെയും സൗന്ദര്യത്തിന്റെയും യുക്തികളുടെ പിൻബലത്തോടെ വിമർശകൻ ചൂണ്ടിക്കാണിക്കുമ്പോൾ ചിലപ്പോൾ പുതിയൊരു

സാഹിത്യാഭിരുചി പിറവിയെടുക്കുന്നു. അല്ലെങ്കിൽ ചീഞ്ഞ സാഹിത്യ സംസ്കാരത്തിന് കടുത്ത ഒരാഘാതമേല്ക്കുന്നു. ചിലപ്പോൾ കലാസൃഷ്ടിയും വായനക്കാരും തമ്മിലുള്ള അകലം ഇല്ലാതാക്കുന്നു. മറ്റു ചിലപ്പോൾ രഹസ്യങ്ങൾ നിറഞ്ഞ കൃതികളുടെ അന്തർദ്ധാരകളിലേക്ക് വെളിച്ചം പ്രസരിപ്പിക്കുന്നു. വായനക്കാർ പൂർണ്ണമായി ആസ്വദിച്ചു എന്നു കരുതിയ കവിത വാസ്തവത്തിൽ വേണ്ടവിധത്തിൽ ആസ്വദിച്ചിരുന്നില്ല എന്ന് ബോദ്ധ്യപ്പെടുത്തുന്നു. വ്യാപ്തിയേറിയ കലാദർശനം ഉള്ളിൽ സൂക്ഷിക്കുന്ന ഒരാൾ താനും കലാസൃഷ്ടിയും തമ്മിലുള്ള സ്വകാര്യ ബന്ധം വിവരിക്കുമ്പോൾ മൂല്യനിർണ്ണയവും നടക്കുന്നു.

സാധാരണ വായനക്കാരുടെ അഭിരുചി എപ്പോഴും സാമാന്യവല്ക്കരിക്കപ്പെട്ട സൗന്ദര്യചിന്തകളുമായി ബന്ധപ്പെട്ടു പോകുന്നതുകൊണ്ട് ഒരു യഥാർത്ഥ സാഹിത്യവിമർശകൻ അതുമായി തെറ്റിപ്പിരിയും. ഒറ്റയാന്റെ ഏകാന്തമായ ലോകമാണ് സാഹിത്യവിമർശകന്റേത്. മറ്റുള്ളവരുടെ അഭിപ്രായങ്ങളെ നിഷ്കരുണം പുറന്തള്ളിക്കൊണ്ട്, സ്വന്തം സൗന്ദര്യബോധം നല്കുന്ന ശക്തിയുടെ വെളിച്ചത്തിൽ പുതിയ ലോകത്തിലേക്ക് അയാൾ പ്രവേശിക്കുന്നു. മറ്റുള്ളവരിൽനിന്നും, പ്രധാനമായും മുൻഗാമികളിൽനിന്നും ഭിന്നമായ ഒരു നിലപാട് സ്വീകരിച്ചുകൊണ്ട് വ്യത്യസ്ത വഴി അയാൾ തേടുന്നു. മഹത്തായ കലാസൃഷ്ടികൾ വ്യത്യസ്ത കാലഘട്ടങ്ങളിൽ പല രീതികളിൽ ആസ്വദിക്കപ്പെടുന്നത് നല്ല വിമർശകരുടെ അയവില്ലാത്ത ഈ നിലപാടുകൊണ്ടാണ്. 'ആശയഗംഭീര'നായും 'സ്നേഹഗായക'നായും അറിയപ്പെട്ടിരുന്ന കുമാരനാശാൻ പിന്നീട് 'വിപ്ലവത്തിന്റെ ശുക്രനക്ഷത്ര'മായും ആധുനികകാലത്ത് 'തീവ്രമായ ദുരന്തബോധത്തിന്റെ കവി'യായും ആസ്വദിക്കപ്പെടുന്നത് ഈ വ്യത്യസ്തമായ നിലപാടുകൊണ്ടാണ്. ഉന്നതമായ കലാസൃഷ്ടികളിൽ രഹസ്യത്തിന്റെ ലോകം ഒരിക്കലും അവസാനിക്കാത്തതുകൊണ്ട് ക്ലാസിക് എന്നു വിശേഷിപ്പിക്കാവുന്ന കൃതികളെക്കുറിച്ച് എന്നും നവീനമായ നിരീക്ഷണങ്ങളും നിഗമനങ്ങളും ഉണ്ടായിക്കൊണ്ടിരിക്കും. *രാമായണം, ശാകുന്തളം* എന്നീ കൃതികളെക്കുറിച്ച്, ടാഗോർ നടത്തിയ നിരീക്ഷണങ്ങൾ ഇതിനുദാഹരണമാണ്. ഇത്തരത്തിലുള്ള പുത്തൻ നിരീക്ഷണങ്ങളുണ്ടാകുമ്പോൾ കൃതികളുടെ പുനർ മൂല്യനിർണ്ണയം നല്കുന്നു. അതു കൃതികളിലേക്ക് വീണ്ടും മടങ്ങിപ്പോകുവാനുള്ള ശക്തമായ പ്രേരണ വായനക്കാരനു നല്കുന്നു. പുനർ മൂല്യനിർണ്ണയത്തിന് പ്രാധാന്യം കൊടുക്കുന്നത് അതുകൊണ്ടാണ്. മുൻഗാമികളുടെ സാഹിത്യ സങ്കല്പങ്ങളും വിമർശനത്തിലെ പതിവ് രീതികളും യാതൊരു മാറ്റവുമില്ലാതെ സ്വീകരിക്കുമ്പോൾ വിമർശകൻ എന്ന നിലയിൽ ഒരാൾ മരണമടയുന്നു. അതുകൊണ്ട് തികച്ചും ഭിന്നമായ കലാസങ്കല്പങ്ങളും രീതികളും സ്വീകരിക്കുവാൻ വിമർശകൻ തയ്യാറായില്ലെങ്കിൽ സാഹിത്യവിമർശന കല രോഗശയ്യയിൽ പതിക്കുകതന്നെ ചെയ്യും.

മലയാളത്തിലെ കാവ്യവിമർശനത്തിന്റെ ചരിത്രം പരിശോധിച്ചു

നോക്കിയാൽ സൂക്ഷ്മവിചാരവും മൗലികവുമായ സമീപനവും വ്യത്യസ്തമായ രീതികളും സ്വീകരിക്കുന്ന വിമർശകർ ചിലപ്പോഴൊക്കെ മറ്റാരും കടന്നുചെന്നിട്ടില്ലാത്ത ലോകത്തിൽ കലാസൃഷ്ടികളിലൂടെ കടന്നുചെന്നിട്ടുണ്ടെന്നു കാണാം. ഇത് അപൂർവ്വമായി മാത്രമേ സംഭവിക്കുകയുള്ളൂ. അപ്പോൾ പുതിയ കണ്ടെത്തലുകളും കലാസങ്കല്പങ്ങളുമുണ്ടാകുന്നു. ഇതിനെല്ലാം ഉപരിയായി കലാസൃഷ്ടികളിൽ സംഭൃതമായിരിക്കുന്ന ഭാവതലങ്ങളും അർത്ഥതലങ്ങളും പുറത്തുവന്ന് കലാസൃഷ്ടി വായനക്കാരന്റെ മനസ്സിൽ മറ്റൊന്നായി പുനർജ്ജനിക്കുന്നു. ഇങ്ങനെ കൃതികൾക്ക് പുനർജ്ജന്മം കൊടുക്കുവാൻ വിമർശകന് കഴിയണം. അതിനുദാഹരണങ്ങളാണ് കുട്ടിക്കൃഷ്ണമാരാരുടെ *മേഘസന്ദേശ പഠനം*. എം പി ശങ്കുണ്ണിനായരുടെ *കാവ്യവ്യുല്പത്തിയിലെ* പഠനങ്ങൾ, സച്ചിദാനന്ദന്റെ *കുരുക്ഷേത്രത്തിലെ* പഠനങ്ങൾ, എം എൻ വിജയന്റെ *കാലവും മരണവും ജീവിതവും*, കെ പി അപ്പന്റെ *മരണത്തിന്റെ സൗന്ദര്യം*, വി രാജകൃഷ്ണന്റെ *അധോലോകത്തിൽനിന്നുള്ള നിശാഗാഥ*, ജി എൻ പിള്ളയുടെ *ഒരു പൊട്ടിച്ചൂട്ടിന്റെ വെളിച്ചം* എന്നിവ. ഇവിടെ നാം കാണുന്നത് വ്യത്യസ്തമായ ചിന്താരീതികൾ സ്വീകരിച്ച് നവീനവും ശക്തവുമായ നിരീക്ഷണങ്ങളിലൂടെ കലാസൃഷ്ടികളെ പുനർമൂല്യനിർണ്ണയത്തിന് വിധേയമാക്കിയിരിക്കുന്നതാണ്. വീണ്ടും കൃതികളിലേക്ക് മടങ്ങിപ്പോയി കൂടുതൽ അർത്ഥവും ഭാവങ്ങളും കണ്ടെത്തുന്നതിന് അവ നമ്മെ സഹായിക്കുകയും ചെയ്യുന്നു. അങ്ങനെ കലാസൃഷ്ടികൾക്ക് പുതിയൊരു ജന്മം നേടിക്കൊടുക്കുന്നു. ആ കാമുകന്റെ സന്തപ്തമായ ഹൃദയത്തിൽനിന്നും നീരാവിയായിപ്പൊങ്ങിയ കാമചിന്തകൾ കലാസൗന്ദര്യത്തോടെ ഘനീഭവിച്ചതു മാത്രമാണ് മേഘസന്ദേശ'ത്തിലെ 'മേഘം' എന്ന മാരാരുടെ വാക്കുകൾ ആ കാവ്യത്തിലേക്ക് വീണ്ടും മടങ്ങിപ്പോകുവാൻ വായനക്കാരെ പ്രേരിപ്പിക്കുന്നു. ആ കാവ്യം വേണ്ടവിധത്തിൽ നാം വായിച്ചിരുന്നില്ല എന്ന് ബോദ്ധ്യപ്പെടുകയും ചെയ്യുന്നു. ഇടപ്പള്ളിയുടെ ആത്മഹത്യക്ക് ദാരിദ്ര്യമോ പ്രേമഭംഗമോ അല്ല പ്രധാന പ്രേരണാശക്തി. കലാകാരനായ ഇടപ്പള്ളിക്ക് മരണത്തോടുള്ള ആഭിമുഖ്യമാണെന്ന് അദ്ദേഹത്തിന്റെ കവിതകൾ അപഗ്രഥിച്ച് വെളിപ്പെടുത്തിയപ്പോൾ ഇടപ്പള്ളിക്കവിതയുടെ സവിശേഷമായ ഒരു തലം തെളിഞ്ഞുവന്നു. 'ഒരു പൊട്ടിച്ചൂട്ടിന്റെ വെളിച്ചം' എന്ന ലേഖനത്തിൽ കാലത്തെ നവീകരിക്കുക എന്ന ആദ്യ ബോധമാണ് ഇടശ്ശേരിക്കവിതയുടെ മൗലികമായ സവിശേഷത എന്ന് ചൂണ്ടിക്കാണിച്ചപ്പോൾ അതുവരെ പരിചിതമായിരുന്ന ഇടശ്ശേരിക്കവിത പൊടുന്നനേ നമുക്ക് അപരിചിതമാകുന്നു. അങ്ങനെ വീണ്ടും ഇടശ്ശേരിക്കവിതകളിലേക്ക് നാം പോകുന്നു. ജിയുടെ കവിതകളിലെ കാലം, മരണം, ജീവിതം എന്നിവയെ അടിസ്ഥാനമാക്കി അവയിലെ സാഡോ-മസോക്കിസ്റ്റ് ഭാവന എം എൻ വിജയൻ വ്യക്തമാക്കിയപ്പോൾ പുതിയൊരു ഭാവലോകം വായനക്കാരുടെ മുമ്പിൽ പ്രത്യക്ഷപ്പെടുകയാണ്. ഇവിടെയും വിമർശകർ, മറ്റുള്ളവരിൽനിന്നും മാറിനിന്ന്, അവ

രുടെ സ്വകാര്യാനുഭവങ്ങൾ സൂക്ഷ്മ സുന്ദരമായി അവതരിപ്പിക്കുകയാണ്. ഈ വിമർശനപഠനങ്ങളിലെ പാരമ്പര്യം അനുശാസിക്കുന്ന മാർഗ്ഗങ്ങളിൽനിന്നും വിട്ടു നില്ക്കുവാനുള്ള വ്യഗ്രത, സാഹസികമായി സൃഷ്ടികളിലൂടെ പ്രയാണം നടത്തുവാനുള്ള യത്നം എന്നിവ കാണാവുന്നതാണ്. വാസ്തവത്തിൽ സാഹിത്യത്തിന് നിത്യനൂതനത്വം നല്കുന്നത് ഇത്തരം വിമർശനങ്ങളാണ്. ഇല്ലെങ്കിൽ കലാസൃഷ്ടികളുടെ പരിചിതഭാവങ്ങൾ മാത്രം അറിഞ്ഞ് വായനക്കാർ അതിൽനിന്നും ഒഴിഞ്ഞുമാറും. ഒരേപോലെ ചിന്തിക്കുന്നവരുടെയും സംഘടിതമായി ചിന്തിക്കുന്നവരുടെയും വിചാരങ്ങൾക്ക് പുതിയ സ്ഥലങ്ങളിൽ പ്രവേശിക്കുവാൻ കഴിയാതെ ഏവർക്കും പരിചിതമായ പെരുവഴിയിലൂടെ നീങ്ങുമ്പോൾ, സ്വന്തം പ്രതിഭയുടെയും അഭിരുചിയുടെയും കാവ്യസംസ്കാരത്തിന്റെയും മാത്രം അനുശാസനങ്ങൾ കേൾക്കുവാൻ വിധിക്കപ്പെട്ട ഒറ്റപ്പെട്ട വിമർശകൻ തങ്ങൾക്കിഷ്ടമായ വഴികളിലൂടെ നീങ്ങുന്നു. ഇത്തരം തന്നിഷ്ടക്കാരാണ് എപ്പോഴും വിമർശന കലയ്ക്ക് അപൂർവ്വതയുടെ മുഖം നല്കുന്നത്. ഒറ്റയാന്മാരായ ചിന്തകരാണ് കലാസൃഷ്ടികൾക്ക് പുനർജ്ജന്മം നേടിക്കൊടുക്കുന്നതും, പുതിയ അഭിരുചിയും സൗന്ദര്യബോധവും സൃഷ്ടിക്കുന്നതും.

സാഹിത്യകല ഒരുതരം അഗ്നിവിശുദ്ധിയിലൂടെ കടന്ന് പുതിയൊരു ജന്മം നേടിയെടുക്കുമ്പോൾ വിമർശനകല പല പ്രതിസന്ധികളും നേരിടുന്നു. സൗന്ദര്യപരമായ പല പ്രധാന ചോദ്യങ്ങൾക്കും ഉത്തരം പറയുവാനുള്ള ബാദ്ധ്യത വിമർശനത്തിനുണ്ടാകുന്നു. പുതുമകളെ ഉൾക്കൊള്ളുവാനും സാഹിത്യകലയിലെ പരിണാമത്തെ മനസ്സിലാക്കുന്നതിനും അതിന് കഴിഞ്ഞില്ലെങ്കിൽ അതിന്റെ പ്രസക്തിയും നിലനില്പും നഷ്ടപ്പെട്ടുപോകും. മലയാള വിമർശനവും കഴിഞ്ഞ കാലഘട്ടത്തിൽ ഇത്തരമൊരു പ്രതിസന്ധിയിലൂടെ കടന്നുപോയി. ജീവിത വീക്ഷണത്തിലും ആവിഷ്കരണശൈലിയിലും മറ്റും വ്യത്യസ്തത പുലർത്തുന്ന രചനകളുടെ പ്രവാഹം ഉണ്ടായപ്പോൾ അതുമായി പൊരുത്തപ്പെട്ടു പോകുവാൻ നമ്മുടെ പ്രമുഖരായ വിമർശകന്മാർക്കു കഴിഞ്ഞില്ല. വർഷങ്ങളായി കാല്പനികതയുടെ കുളിർനിലാവിൽ മുങ്ങിക്കുളിച്ച ഒരു തലമുറയുടെ ഭാവുകത്വം ആധുനികതയുടെ പരുഷമായ പകൽവെളിച്ചത്തിൽ സംഭ്രമിച്ചുനിന്നുപോയ ഘട്ടമാണത്. കാല്പനികതയുടെയും റിയലിസത്തിന്റെയും പരിധി കടന്ന് ഭ്രമകല്പനയുടെയും അർത്ഥവത്തായ അസംബന്ധത്തിന്റെയും ലോകത്തേക്ക് മലയാളസാഹിത്യം കടന്നുപോയപ്പോഴുണ്ടായ സൗന്ദര്യപരമായ പ്രശ്നങ്ങൾക്ക് ഉത്തരം കണ്ടെത്തുവാൻ പലർക്കും കഴിഞ്ഞില്ല. പുതുമയുടെ ലോകത്തിന്റെ മുമ്പിൽ പകച്ചുനിന്ന പ്രശസ്തരായ നമ്മുടെ നിരൂപകരുടെ സംവേദനശക്തിയിൽ വാസ്തവത്തിൽ നാം സംശയിക്കേണ്ടതുണ്ടോ?

ഒരു സാഹിത്യവിമർശകന്റെ സംവേദനശക്തിക്കും സൗന്ദര്യബോധത്തിനും അഭിരുചിക്കും ശക്തിയോടൊപ്പം വ്യക്തമായ പരിമിതിയും ഉണ്ടാ

യിരിക്കും. സാഹിത്യത്തിലെ വിവിധ ശാഖകളിൽപ്പെട്ട കൃതികളുമായി ഒരുപോലെ പ്രതികരിക്കുവാനോ നാനാഘട്ടങ്ങളിൽ പിറവിയെടുക്കുന്ന സൃഷ്ടികളെ മുഴുവൻ മൂല്യനിർണ്ണയത്തിനു വിധേയമാക്കുവാനോ ഒരാൾക്ക് കഴിഞ്ഞുവെന്ന് വരില്ല. കാല്പനിക കവിത പ്രബലമായ ശക്തിയായി മാറിയ ഘട്ടത്തിൽ ഗൗരവമായ വായന തുടങ്ങിയ നമ്മുടെ നാട്ടിലെ പല വിമർശകർക്കും ആധുനിക ഭാഷാബദ്ധതകൾ നിറഞ്ഞ സൃഷ്ടികളോട് വേണ്ട വിധത്തിൽ പ്രതികരിക്കുവാൻ കഴിയാതെ പോയത് ഈ പരിമിതി കൊണ്ടാണ്. കലാസങ്കല്പങ്ങളും സാഹിത്യാഭിരുചിയും മാറിവരുമ്പോൾ കുറെ വായനക്കാർ പുറന്തള്ളപ്പെടുകയും കുറെ പേർ കടന്നുവരികയും ചെയ്യാറുണ്ട്. സുകുമാർ അഴീക്കോട്, എസ് ഗുപ്തൻ നായർ, എം കൃഷ്ണൻനായർ എന്നിങ്ങനെയുള്ളവർക്ക് അവരുടെ യൗവനകാലത്തു വായിച്ച കാല്പനിക കൃതികളിൽനിന്നു വിട്ടുമാറി പുതിയ ആകാശവും ഭൂമിയും ഉൾക്കൊള്ളുവാൻ കഴിയാതെ പോയത് അവർക്കു ലഭിച്ച സൗന്ദര്യശിക്ഷണത്തിന്റെ പ്രത്യേകതകൊണ്ടാണ്. വാസ്തവത്തിൽ ഇതു സാഹിത്യചരിത്രപരമായ ഒരാശ്ചര്യമല്ല. പുതിയ സാഹിത്യത്തോട് വിയോജിപ്പു പ്രകടിപ്പിച്ചതുകൊണ്ട് നാം അവരോട് കലഹിക്കേണ്ടതുമില്ല. അവരുടെ പരിമിതികൾ അംഗീകരിച്ചാൽ മാത്രം മതി. എല്ലാക്കാലത്തും ഇത്തരം സൗന്ദര്യശാസ്ത്രപരമായ പ്രതിസന്ധികൾ ഉണ്ടാകാറുണ്ട്. സാഹിത്യ പഞ്ചാനനൻ പി കെ നാരായണപിള്ള കുമാരനാശാന്റെ കാവ്യങ്ങളെക്കുറിച്ച് പ്രകടിപ്പിച്ച അഭിപ്രായങ്ങൾ ഇതിനു തെളിവാണ്. ഒരേതരം സാഹിത്യകൃതികളുമായി വളരെ വർഷത്തെ നിരന്തര സമ്പർക്കമുണ്ടാവുകയും അതിനെ സംബന്ധിക്കുന്ന ചർച്ചകളിലും തർക്കങ്ങളിലും പങ്കെടുക്കുകയും ചെയ്യുമ്പോൾ അതിൽനിന്നും മൗലികമായും വ്യത്യസ്തമായ പുതിയ പ്രവണതകളോട് വേണ്ടവിധത്തിൽ പ്രതികരിക്കുവാൻ കഴിയാതെ പോകുന്നു. എന്നാൽ ഇക്കാര്യം സാമാന്യവല്ക്കരിച്ചു പറയുന്നതും ശരിയായിരിക്കുകയില്ല. തങ്ങൾക്കു ലഭിച്ച സൗന്ദര്യദർശനത്തേയും കലാസങ്കല്പത്തേയും നിശിതമായ ശ്രദ്ധയോടെ വിചാരണ ചെയ്യുവാനും, അതിന്റെ പരിമിതികൾ മനസ്സിലാക്കുവാനും ശ്രമിക്കുന്നവർക്ക് മുന്നോട്ടു പോകാവുന്നതേയുള്ളൂ. തന്റെ ലോകത്തിന് അപ്പുറത്ത് മറ്റൊരു ലോകമില്ലെന്ന അഹന്തയുടെ രക്ഷസ്സ് പലരിലും കുടിയേറിയതുകൊണ്ട് കാല്പനിക സാഹിത്യത്തിന്റെ ഇപ്പുറത്തേക്കു നോക്കുവാൻ പലർക്കും കഴിയാതെ പോയി. സ്വന്തം സൗന്ദര്യസങ്കല്പങ്ങളുടെ വെളിച്ചത്തിൽ പുതിയ പ്രവണതകളോടുള്ള വിയോജിപ്പ് വ്യക്തമാക്കുകപോലും ചെയ്യാതെ പുതിയതെന്നു കേൾക്കുമ്പോൾത്തന്നെ, പ്രായവും പക്വതയും മറന്ന് രോഷം കൊള്ളുകയും കലിതുള്ളുകയും ചെയ്തു. പ്രൊഫ. എസ് ഗുപ്തൻനായർ ഇതിൽനിന്നും അല്പം വ്യത്യസ്തമായി നിലകൊള്ളുന്നു. സാഹിത്യത്തിലുണ്ടായ മാറ്റം മനസ്സിലാക്കുവാൻ അദ്ദേഹം ശ്രമിച്ചിട്ടുണ്ട്. 'ആധുനിക കവിത' എന്ന ലേഖനം അതു കാണിക്കുന്നു. കുമാരനാശാന്റെയും വള്ളത്തോളിന്റെയും

കൃതികളെ തന്റേതായ രീതിയിൽ നോക്കിക്കണ്ട ഈ വിമർശകൻ ആധുനിക കവിതയിൽ രൂപഭ്രമം, വിലോമത്വം, വികൃതീകരണം, ദുർഗ്രഹത എന്നിങ്ങനെ കാപട്യങ്ങളും കണ്ടെത്തുന്നു. അടുത്ത കാലത്തു പ്രസിദ്ധീകരിച്ച *തിരഞ്ഞെടുത്ത പ്രബന്ധ*ങ്ങളിൽ ഈ ലേഖനം പരിഷ്കരിച്ച് എഴുതിയപ്പോൾ വർഷങ്ങൾക്കുമുമ്പ് ദുർഗ്രഹതയ്ക്ക് ഉദാഹരണമായി ചൂണ്ടിക്കാണിച്ച ചില ഭാഗങ്ങൾ വെട്ടിക്കളയുകയും ചില ഭാഗങ്ങൾ എഴുതിച്ചേർക്കുകയും ചെയ്തിട്ടുണ്ട്. വീണ്ടും ഈ ലേഖനം മാറ്റിയെഴുതുമ്പോൾ ചില ഭാഗങ്ങൾകൂടി വെട്ടിക്കളയേണ്ടിവരും. ഈ വീണ്ടുവിചാരത്തെ ആദരിച്ചുകൊണ്ടുതന്നെ പറയാം. കാല്പനിക സാഹിത്യത്തിന്റെ വെളിച്ചത്തിൽ വിമർശനജീവിതം ആരംഭിച്ചവർക്ക് ഉൾക്കൊള്ളുവാൻ കഴിയാത്ത പലതും ആധുനികസാഹിത്യത്തിന്റെ അന്തർദ്ധാരയിൽ ഒളിഞ്ഞു കിടപ്പുണ്ടെന്ന്. ഇവിടെ പ്രശ്നം അഭിരുചിയുടേതാണ്. ജീവിതത്തോടുള്ള കാഴ്ചപ്പാടിന്റേതാണ്.

മലയാളത്തിൽ രാഷ്ട്രീയ പ്രത്യയശാസ്ത്രത്തിൽനിന്നും ഊറിക്കൂടിയ സൗന്ദര്യശാസ്ത്രം സ്വീകരിച്ച് സാഹിത്യവിചാരം നടത്തുന്നവരിൽ പലരും കാര്യങ്ങൾ ഉപരിപ്ലവമായി മാത്രം കാണുന്നവരാണ്. കലയെ സാമൂഹിക വിമർശനത്തിനുള്ള ശക്തമായ ഒരായുധമാക്കി കണ്ട കഴിഞ്ഞ തലമുറയിലെ പ്രമുഖരുടെ സാഹിത്യ സങ്കല്പത്തെ മുന്നോട്ട് കൊണ്ടുപോകാൻ ഇന്നത്തെ മാർക്സിയൻ വിമർശകന്മാർക്ക് കഴിയുന്നില്ല. സാഹിത്യത്തെ സാമൂഹിക ജീവിതവുമായി ബന്ധപ്പെടുത്തി ചിന്തിച്ച കേസരി ബാലകൃഷ്ണപിള്ള, ജോസഫ് മുണ്ടശ്ശേരി, എം പി പോൾ എന്നിവർ മലയാള വിമർശനത്തിൽ കൊണ്ടുവന്ന ആശയലോകവുമായി താരതമ്യപ്പെടുത്തുമ്പോൾ ഇന്നത്തെ വിമർശകന്മാർ വളരെ താഴെ നില്ക്കുന്നതായി കാണാം. 'നിരൂപണ വിഷയമായ ഗ്രന്ഥത്തിന്റെ വിഷയത്തെപ്പറ്റിയല്ല, പിന്നെയോ, അതിന്റെ രചനാരീതിയെക്കുറിച്ചാണ് - അതായത്, അതിനു കാരണമായ സൗന്ദര്യാനുഭവത്തിന്റെ സ്വഭാവം. അതിന്റെ രൂപം, സാങ്കേതികമാർഗ്ഗം, രീതി എന്നിവയെപ്പറ്റിയാണ് ഏറിയ കൂറും ഒരു നിരൂപകൻ അഭിപ്രായം പറയേണ്ടത് എന്ന് വർഷങ്ങൾക്കു മുമ്പുതന്നെ കേസരി എഴുതിവച്ചിട്ടുണ്ട്. ഇതൊന്നും ഇന്നത്തെ നമ്മുടെ മാർക്സിയൻ നിരൂപകന്മാർ കാണുന്നില്ല. അവർ തങ്ങൾ വിശ്വസിക്കുന്ന രാഷ്ട്രീയ പ്രത്യയശാസ്ത്രവുമായി കലാസൃഷ്ടി പ്രത്യക്ഷമായി ബന്ധപ്പെട്ടിട്ടില്ലെങ്കിൽ ആ കലാസൃഷ്ടിയേയും എഴുത്തുകാരനേയും മാർദ്ദവമില്ലാത്ത വാക്കുകൾകൊണ്ട് ആക്രമിക്കുന്നു. ഇതു പലപ്പോഴും സംഘടിതമായ ഒരു സംരംഭമായിപ്പോലും തോന്നാറുണ്ട്. കൃതികൾ ക്ഷമയോടെ പഠിക്കുവാനുള്ള ശ്രമം പോലും നടത്താതെ, കവികൾ ഉപയോഗിച്ചിരിക്കുന്ന ശ്രദ്ധേയമായ സ്വരവും (tone) കവികളുടെ ജീവിതത്തോടുള്ള കാഴ്ചപ്പാടും മനസ്സിലാക്കാതെ, കവികളുടെ വ്യക്തിത്വത്തെ തേജോവധം ചെയ്യുവാൻവേണ്ടി മാത്രം എഴുതുന്നവർ പോലുമുണ്ട്. ഇതിന് ഏറ്റവും നല്ല ഉദാഹരണമാണ് തായാട്ട് ശങ്കരന്റെ *ആധുനിക കവിതയുടെ ഒരു ജീർണ്ണ*

മുഖം എന്ന പുസ്തകം. ഈ പുസ്തകത്തിൽ അദ്ദേഹം അയ്യപ്പപ്പണിക്കരുടെ കവിതകളിൽ വേരോടിക്കിടക്കുന്ന ജീവിത വീക്ഷണവും സാഹിത്യ സംസ്കാരവും മാർക്സിയൻ കാഴ്ചപ്പാടിൽ പഠിക്കുവാനുള്ള നേരിയ ഒരു ശ്രമം പോലും നടത്തുന്നില്ലെന്നു മാത്രമല്ല ഏതൊരു കവിതാ വിരോധിയേയും തോല്പിക്കുന്ന മട്ടിൽ അബദ്ധങ്ങൾ എഴുതിക്കൂട്ടുകയും ചെയ്തിരിക്കുന്നു. കവിത എന്നാൽ പടപ്പാട്ടാണെന്നും, പ്രത്യക്ഷമായ ഉദ്ബോധനങ്ങൾ മുദ്രാവാക്യരൂപത്തിൽ എഴുതിവച്ചില്ലെങ്കിൽ സാമൂഹിക വിമർശനം നടക്കുന്നില്ലെന്നും കൊച്ചുകുട്ടിയെപ്പോലെ ഈ വിമർശകൻ ശാഠ്യം പിടിക്കുന്നതായി തോന്നുന്നു. എത്രയോ വർഷങ്ങളായി നമ്മുടെ വിമർശനരംഗത്തു പ്രവർത്തിക്കുന്ന ഒരാൾ തന്റെ മുഖം മൂടി നന്നായി ഉയർത്തിക്കാണിച്ച് തനിസ്വരൂപം നമ്മെ കാണിക്കുകയാണ് ഈ പുസ്തകത്തിൽ. 'മൺമറഞ്ഞ ജന്മിത്തത്തിന്റെ ജീർണ്ണ സംസ്കാരം വ്യക്തമായി ചേരിതിരിഞ്ഞു നില്ക്കുന്ന കവിതകളായി' 'കുട്ടനാടൻ ദൃശ്യങ്ങ'ളെയും 'കുടുംബപുരാണ'ത്തെയുമെല്ലാം കാണുകയാണ് ഗ്രന്ഥകാരൻ. 'അയൽവക്കത്തെ അരവയർ നിറയാത്ത പെണ്ണിന് പെരുവയർ നല്കിയ മർത്ത്യന് സ്തുതിപാടുക' എന്നു കവി പറയുമ്പോൾ അവയിലെ പ്രകടമായ ആശയംമാത്രം കാണുന്ന വിമർശകന്റെ സംവേദനശക്തിയെക്കുറിച്ച് ഓർത്തു വായനക്കാർ ചിരിച്ചുപോകും. പണിക്കരുടെ കവിതകളിലെ ഫലിതത്തിന്റെ സവിശേഷത ഉൾക്കൊള്ളുവാൻ ഈ നിരൂപകന് കഴിയാതെ പോയി. 'കുടുംബപുരാണ'ത്തിലും മറ്റും ഫലിതവും പരിഹാസവും സൃഷ്ടിക്കുന്നത് ആശയമല്ല, സവിശേഷമായ സ്വരഘടനയാണ്. ചമ്പുക്കളിലും തുള്ളൽപ്പാട്ടുകളിലും നിറഞ്ഞുനില്ക്കുന്ന പരിഹാസവും ഹാസ്യവും ആധുനിക കാലത്തിന് ഇണങ്ങുംവിധം പുനർസൃഷ്ടിച്ചിരിക്കുകയാണ് കവി. ഈ രൂക്ഷമായ പരിഹാസത്തിൽ നമ്മുടെ കാലഘട്ടത്തിലെ സാംസ്കാരിക ജീർണ്ണതയ്ക്ക് എതിരെയുള്ള ഒരു കലാകാരന്റെ സിംഹഗർജ്ജനം നല്ല വായനക്കാർക്ക് കേൾക്കുകയും ചെയ്യാം. പണിക്കരുടെ ചിരിയിലെ ധാർമ്മികമായ ക്രോധവും അഗാധമായ വേദനയും ഇവിടെയുള്ള സംവേദനശക്തി നഷ്ടപ്പെട്ടിട്ടില്ലാത്ത വായനക്കാർ വളരെ വർഷങ്ങളായി അറിഞ്ഞു വരികയുമാണ്. എന്നിട്ടും തായാട്ട് ശങ്കരനെപ്പോലെ സാമൂഹികബോധവും വിപ്ലവചിന്തയും അന്വേഷിച്ചു നടക്കുന്ന ഒരാൾക്ക് ഇതൊന്നും കാണുവാനും ആസ്വദിക്കുവാനും കഴിയാതെ പോയതു സത്യത്തിൽ സങ്കടകരമായ കാര്യംതന്നെയാണ്. അക്ഷരങ്ങളിൽ മരിച്ചുകിടക്കുന്നവരെ വലിയ കലാകാരന്മാരായും നമ്മുടെ കാലഘട്ടത്തിലെ മഹാദുരന്തങ്ങൾ സ്ഫോടകകാന്തി നിറഞ്ഞ കല്പനകളായും നിശിതമായ പരിഹാസമായും ചിത്രീകരിക്കുന്ന കവികളെ ജീർണ്ണിച്ച കലാകാരന്മാരായും വിലയിരുത്തുന്നത് ചിന്തയുടെയും സംസ്കാരത്തിന്റെയും അധഃപതനത്തെ കുറിക്കുന്നു. ഇവിടെ വിമർശകൻ വായനക്കാരന്റെ പിറകിലാകുന്നു. മാത്രമല്ല, വായനക്കാരന്റെ കാവ്യാഭിരുചിയെ നശിപ്പിക്കുവാൻ ശ്രമിക്കുകയും ചെയ്യുന്നു. അങ്ങനെ വിമർശന

കല അപചയത്തിലേക്ക് നീങ്ങുന്നു.

ഈ പരിമിതികളെ അതിജീവിക്കുവാൻ പിന്നീട് വന്ന മാർക്സിയൻ സൗന്ദര്യവീക്ഷണം സ്വീകരിച്ച വിമർശകർക്ക് കഴിഞ്ഞു എന്നതു സത്യമാണ്. സാഹിത്യകലയെക്കുറിച്ച് കൂടുതൽ ഉദാരവും വിശാലവുമായ കാഴ്ചപ്പാട് അവർ സ്വീകരിച്ചു. ഇന്നത്തെ പുത്തൻ ചിന്താപദ്ധതികളിൽ നിന്നും വെളിച്ചമുൾക്കൊണ്ട് കലയെക്കുറിച്ചും സാഹിത്യത്തെക്കുറിച്ചുമുള്ള സങ്കല്പങ്ങളെ നവീകരിക്കുവാനും അവർ യത്നിച്ചു. മാത്രമല്ല സാഹിത്യവും സമൂഹവും തമ്മിലുള്ള ബന്ധത്തെക്കുറിച്ചുണ്ടായിരുന്ന ഉപരിപ്ലവമായ ധാരണകളെ അവർ നിരാകരിക്കുകയും ചെയ്തു. എന്നാൽ പുതിയ ടെർമിനോളജി ധാരാളമുപയോഗിച്ച ആ വിമർശകരിൽ പലർക്കും കലാസ്വാദനത്തിന് പ്രാഥമികമായിവേണ്ട സംവേദനശക്തി വളരെ കുറവായതുകൊണ്ട് അവരുടെ വിമർശനം വേണ്ടതുപോലെ വിജയിക്കാതെപോയി. യുക്തിയുടെ കാർക്കശ്യം നിറഞ്ഞ ഭാഷയും സഹൃദയത്വത്തിന്റെ അഭാവവുമാണ് പുതിയ മാർക്സിയൻ ചിന്തകരുടെ വിമർശനത്തെ ജീവനില്ലാത്തതായി മാറ്റിയത്. ആപല്ക്കരമായ വായനയിലൂടെ കൃതികളിൽ പുതിയ അർത്ഥം കണ്ടെത്തുവാനും പുതിയ പാഠം നിർമ്മിക്കുവാനും അങ്ങനെ വിമർശനത്തെ സർഗ്ഗാത്മകമാക്കുവാനും നമ്മുടെ പുതിയ മാർക്സിയൻ ചിന്തകർക്ക് കഴിഞ്ഞില്ല. സൂചകങ്ങളുടെയും ചിഹ്നങ്ങളുടെയും അർത്ഥമന്വേഷിച്ചുകൊണ്ട് കൃതിയുടെ അവബോധത്തിലേക്കുള്ള ആഴ്ന്നിറങ്ങലാണ് വിമർശനം. മൗലികവും സൂക്ഷ്മവും നൂതനവുമായ പാരായണത്തിലൂടെ രചനകളിൽനിന്നും പുതിയ അർത്ഥമുല്പാദിക്കുമ്പോഴാണ് വിമർശനം അതിന്റെ കടമ നിർവ്വഹിക്കുന്നത്.

കാലത്തെ ഭക്ഷിക്കുന്ന കവിത

കവിത ആത്യന്തികമായി സത്യാന്വേഷണമാണ്. കവികൾ എപ്പോഴും യാഥാർത്ഥ്യത്തെ തിരയുന്നു. അവർ രചനകളിലൂടെ മനുഷ്യനെയും ജീവിതത്തെയും ലോകത്തെയും സംബന്ധിക്കുന്ന ദാർശനികവും രാഷ്ട്രീയവും വൈകാരികവുമായ യാഥാർത്ഥ്യങ്ങൾ അന്വേഷിച്ചുകൊണ്ടിരിക്കുന്നു. സത്യം നേരിട്ട് നമ്മുടെ മുമ്പിൽ പ്രത്യക്ഷപ്പെടുകയില്ല. അതു അയഥാർത്ഥ്യങ്ങളുടെയും ആരൊക്കെയോ സൃഷ്ടിക്കുന്ന പുകമറകളുടെയും അജ്ഞത സൃഷ്ടിക്കുന്ന കൂരിരുളിന്റെയും മറവിൽ എവിടെയോ മറഞ്ഞുകിടക്കും. കലാകാരന്മാർ അന്വേഷണത്തിന്റെ കഠിനവഴികളിലൂടെ യാഥാർത്ഥ്യത്തെ കണ്ടെത്തുന്നതിനെയാണ് നാം സൃഷ്ടി എന്ന് പറയുന്നത്. ഇരുൾ മൂടിയ ബാഹ്യയാഥാർത്ഥ്യങ്ങളുടെ പിറകിൽ എവിടെയെങ്കിലും വെളിച്ചം മറഞ്ഞു കിടപ്പുണ്ടോ എന്നും ഓരോ കലാകാരനും അന്വേഷിച്ചുകൊണ്ടിരിക്കും. ഇതൊന്നും കലാകാരന്മാർ ബോധപൂർവ്വം ചെയ്യുന്നതാകണമെന്നില്ല. ബോധപൂർവ്വവും അബോധപൂർവ്വവും രചനയിലേർപ്പെടുമ്പോൾ സംഭവിച്ചു പോകുന്നതാണ്. യാഥാർത്ഥ്യത്തിന് രൂപവും ഭാവവും മാന്ത്രികനാദവും കൊടുക്കുന്നതാണ് കവിത.

മഹത്തായ കവിത കാലത്തെ തോല്പിക്കുന്നു. കാലം ഉയർത്തുന്ന വലിയ വെല്ലുവിളികൾ നിശ്ശബ്ദം സ്വീകരിച്ച് കാലത്തിന്റെ പരീക്ഷണങ്ങളെ മറികടന്ന് കവിത മുന്നോട്ട് കുതിച്ചുകൊണ്ടിരിക്കുന്നു. അർത്ഥത്തിന്റെയും ഭാവത്തിന്റെയും പുതിയ പൂക്കൾ വിടർത്തിയും പുതിയ വസന്തങ്ങൾ സൃഷ്ടിച്ചും മനുഷ്യമനസ്സുകളിൽ വൈകാരികവും ബുദ്ധിപരവും ഭാവാത്മകവുമായ അനുഭൂതികൾ പകർന്നും അതു മനുഷ്യസംസ്കാരത്തെ ശുദ്ധമാക്കിക്കൊണ്ടിരിക്കുന്നു. ഇതിഹാസ കവികളും

ഇന്നത്തെ കവികളും രചനകളിലൂടെ ഇതാണ് ചെയ്തുകൊണ്ടിരിക്കുന്നത്. കവിത കാലത്തെ ഭക്ഷിക്കുന്നു. കവിത മൂന്ന് കാലങ്ങളെയും തന്നിൽ ലയിപ്പിച്ചു ചേർത്തു കൂടുതൽ ആഴവും അർത്ഥവും നേടിയെടുക്കുവാൻ ശ്രമിച്ചുകൊണ്ടിരിക്കുന്നു. കവിതയിൽ മൂന്നു കാലങ്ങളും ഒറ്റ ബിന്ദുവിൽ ഒന്നിച്ചു ചേരുന്നു. ഭൂതകാലവും വർത്തമാനകാലവും ഭാവികാലവും എല്ലാക്കവിതകളിലും എപ്പോഴും കടന്നുവരണമെന്നില്ല. എന്നാൽ മഹത്തായ കവിതകളിൽ കാലങ്ങൾ കൂടിക്കലരുന്നു.

ചരിത്രത്തിന്റെ നാദം കവിതയിൽ എപ്പോഴും മുഴങ്ങി കേൾക്കാറുണ്ട്. അത് ഒരേ വിധത്തിൽ യാന്ത്രികമായി സംഭവിക്കുന്നതല്ല. പുരാവൃത്തത്തിന്റെയും ആദിമകാലത്തിന്റെയും ആദിമവും പ്രാചീനവുമായ മനുഷ്യാനുഭവങ്ങളുടെയും ചരിത്രത്തിന്റെയും അനുഭവങ്ങൾ കാവ്യകലയുടെ സിരകളിലെ ചോരയായി നിറഞ്ഞുനില്ക്കുന്നത് നമുക്കു നല്ല പരിചയമുള്ള കാര്യമാണ്. കവിത മുളച്ചുവരുന്നത് ഭൂതകാലത്തിന്റെ മണ്ണിലാണ്. നമ്മുടെ പ്രാചീന കവിതകളിൽ സംഭവിച്ചത് പുരാവൃത്തത്തിന്റെയും ചരിത്രത്തിന്റെയും പാരമ്പര്യത്തിന്റെയും ഊർജ്ജസ്ഫോടനമാണ്. ചരിത്രത്തിൽനിന്നും പുരാവൃത്തത്തിൽനിന്നും ലഭിക്കുന്ന ഈ ഊർജ്ജത്തെ ഒഴിവാക്കാൻ കലാകാരന്മാർക്ക് ഒരിക്കലും കഴിയുകയില്ല. മനുഷ്യനെ അറിയണമെങ്കിൽ വർത്തമാനകാലത്തെ ചലനങ്ങൾ സൂക്ഷ്മമായി മനസ്സിലാക്കണമെങ്കിൽ പാരമ്പര്യത്തിൽനിന്നും കിട്ടുന്ന ബോധം ആവശ്യമാണ്. കവികളിത് പാണ്ഡിത്യത്തിലൂടെയല്ല ആർജ്ജിച്ചെടുക്കുന്നത്. മറിച്ച് ഭാവന നല്കുന്ന ഉന്നതമായ വെളിച്ചമാണ് ചരിത്രത്തിൽനിന്നുള്ള പാഠങ്ങൾ സ്വാംശീകരിക്കുവാൻ കവികളെ സഹായിക്കുന്നത്. ചരിത്രത്തിന്റെയും മിത്തിന്റെയും അടിത്തറയില്ലാതെ കവിതയുടെ ശില്പം പണിയുവാനാകില്ല. കവിതയിൽ ചരിത്രമുണ്ട് എന്നു പറയുമ്പോൾ ചരിത്രത്തിൽനിന്നും മിത്തോളജിയിൽനിന്നും പ്രമേയം കവികൾ എപ്പോഴും സ്വീകരിക്കുന്നു എന്നല്ല അർത്ഥമാകുന്നത്. പ്രത്യക്ഷമായി ഇതൊന്നും കവിതയിൽ വേണമെന്നു പോലുമില്ല. പാരമ്പര്യത്തിന്റെയും ചരിത്രത്തിന്റെയും ആദിമസ്മരണകൾ മാന്ത്രികക്കിനാവുപോലെ കവിതയിൽ നിറയുന്നു എന്നാണ് അർത്ഥമാകുന്നത്. ഇതിവൃത്ത ശില്പത്തിൽ, കവി ഉപയോഗിക്കുന്ന വാക്കുകളുടെയും ചിഹ്നങ്ങളുടെയും മാന്ത്രിക കല്പനകളുടെയും ഉള്ളിൽ, ഘടനയിൽ, അബോധത്തിൽ ചരിത്രം സുപ്തരൂപത്തിൽ കിടക്കുന്നു. കവിതയിലെ പക്ഷിയുടെ പാട്ടിലും, വെള്ളച്ചാട്ടത്തിന്റെ ഒച്ചയിലും പൂവിന്റെ മന്ദസ്മിതത്തിലും മരുഭൂമിയിലെ മൃഗതൃഷ്ണയിലും ചരിത്രത്തിന്റെ ചലനങ്ങളും പുരാവൃത്തങ്ങളുടെ ഭാവനകളും സൂക്ഷ്മധ്വനികളായി ഉയരുന്നുണ്ട്.

വർത്തമാനകാലത്തിന്റെ അത്യന്തം സങ്കീർണ്ണമായ ചലനങ്ങളും ആന്തരികതയിലെ സംഘർഷങ്ങളും സൂക്ഷ്മമായി പിടിച്ചെടുക്കുന്നത് കവികളാണ്. ഉജ്ജ്വലമായ ഭാവനകൊണ്ട് ഭൂതകാലത്തെയും പ്രാചീനകാലത്തെ മൂല്യങ്ങളെയും എത്ര പാടിപ്പുകഴ്ത്തിയാലും സ്വന്തം കാല

ത്തിന്റെ ഉള്ളറിഞ്ഞില്ലെങ്കിൽ കവിതയിലെ തീ കെട്ടുപോകും. സ്വന്തം കാലത്തെ അർത്ഥവും അവസ്ഥയും സൂക്ഷ്മമായറിയുമ്പോഴാണ് കവിതയ്ക്ക് ജീവശ്വാസം ലഭിക്കുന്നത്. നമ്മുടെ കാലം കഠോരമായ കാലമാണ്. ചരിത്രത്തിലേക്ക് നോക്കിയാൽ എല്ലാകാലവും ഏതെങ്കിലും വിധത്തിൽ കഠോരമാണെന്ന് കാണാം. എല്ലാത്തരത്തിലുള്ള അധികാരവും ജീവിതത്തിന്റെ സർഗ്ഗാത്മകതയെയും മനുഷ്യന്റെ സ്വാതന്ത്ര്യത്തെയും ധ്വംസിച്ചുകൊണ്ടിരിക്കും. മതത്തിന്റെയും രാഷ്ട്രീയത്തിന്റെയും അധികാരശക്തി പൗരനിൽനിന്നും അവന്റെ സ്വകാര്യതയും സ്വാതന്ത്ര്യവും സർഗ്ഗസിദ്ധിയും പിടിച്ചുവാങ്ങി അവനെ മാനസികമായും ശാരീരികമായും തടവിലാക്കാൻ യത്നിച്ചുകൊണ്ടിരിക്കും. ഇത് എല്ലാക്കാലത്തും സംഭവിക്കുന്നു. ഇന്നത് ഏറ്റവും കൂടുതലാണ്. മനുഷ്യന്റെ ഈ ദുരവസ്ഥ നാം തിരിച്ചറിയുന്നില്ല. അധികാരക്രമം സമ്പത്തിന്റെയും അധാർമ്മികതയുടെയും ക്രൂരശക്തികളെ സമർത്ഥമായുപയോഗിച്ച് കാലത്തെ വെള്ളപൂശിക്കൊണ്ടിരിക്കും. കയ്പുള്ള ക്രൂരയാഥാർത്ഥ്യങ്ങളെ വർണ്ണച്ചിറകുകളുള്ള സ്വപ്നങ്ങളാക്കി മാറ്റിക്കൊണ്ടിരിക്കും. മാത്രമല്ല മനുഷ്യനെ മന്ദബുദ്ധിയാക്കി മാറ്റുകയും ചെയ്യും. ദൃശ്യമാധ്യമങ്ങളും ജനപ്രിയകലകളും ഇതു ബോധപൂർവ്വം ചെയ്യുന്നു. ഈ അപകടാവസ്ഥ തിരിച്ചറിയുവാൻ സാധാരണ മനുഷ്യർക്ക് കഴിയാറില്ല. കവികൾ നമ്മുടേത്, ആപത്തിന്റെ കാലമാണെന്ന് തിരിച്ചറിയുന്നു. വാക്കുകളിലെ തീ കെടുത്തി വാക്കുകളെ തെറ്റായി ഉപയോഗിച്ച് യാഥാർത്ഥ്യത്തെ മറച്ചുപിടിക്കുന്ന ഈ കാലത്ത് യഥാർത്ഥ കലാകാരൻ നഗ്നരൂപത്തിൽ കാണുന്നുണ്ട്. ജീവിതത്തിന്റെ വിശുദ്ധി മുഴുവൻ തകർക്കുന്ന തിന്മയുടെയും അധാർമ്മികതയുടെയും പ്രാകൃതനൃത്തം കവികൾ ഇന്നല്ല, എക്കാലത്തും ഭാവനയിലൂടെ തിരിച്ചറിഞ്ഞിട്ടുണ്ട്. സൂര്യദേവൻ കാണാത്തതുപോലും കവി കാണുന്നുവെന്ന് ഭാരതീയ കാവ്യചിന്ത പറയുന്നത് ഇവിടെ ഓർക്കാം. ജീവിതത്തെപ്പറ്റിയുള്ള നിനവുകൾ വർത്തമാനകാലത്തെ ചിഹ്നങ്ങളും പ്രാചീനകാലത്തെ ഭാഷയും ഭാവനയും പ്രതീകങ്ങളും ഉപയോഗിച്ച് ചിത്രീകരിക്കുന്നുണ്ട് കവികൾ. കൃത്രിമമായ വർണ്ണപ്പകിട്ടിൽ മറഞ്ഞുകിടക്കുന്ന മനുഷ്യയാഥാർത്ഥ്യങ്ങളെ കലാകാരന്മാർ പുറത്തുകൊണ്ടുവരുന്നു. അങ്ങനെ കവിത റാന്തൽ വെളിച്ചമായി മാറുന്നു. അത് വായനക്കാരുടെ ബോധാകാശത്തിൽ വെളിച്ചം തൂവുന്നു.

കഠിനമായ കാലത്തെക്കുറിച്ച് യാന്ത്രികമായി പറയുകയല്ല കവികൾ. അവർ വാക്കുകളിലും ചിഹ്നങ്ങളിലും സൂചകങ്ങളിലും പ്രതിഷേധത്തിന്റെ സ്വരം കലർത്തുന്നുണ്ട്. സ്വന്തം കാലത്തെ ധാർമ്മികവും രാഷ്ട്രീയവും നൈതികവുമായ തകർച്ചകളോടും കറുത്ത അനീതികളോടും കയർക്കുന്നുണ്ട്, കവിത. പ്രതിഷേധത്തിന്റെ കാട്ടുതീ കവിതയിൽ ഉയരുന്നുമുണ്ട്. പല കാലങ്ങളിൽ പല രീതികളിലാണ് കവിത കലഹിച്ചിട്ടുള്ളത്. ക്ലാസിക് കാലഘട്ടത്തിൽ അഭിജാത ഗൗരവത്തിലായിരുന്നു പ്രതിഷേധവും കലഹവും. കാല്പനികഘട്ടത്തിൽ വേദനയി

ലൂടെ കരച്ചിലുകളിലൂടെ അത് പ്രകടമാക്കി. ആധുനികയുഗത്തിൽ വ്യത്യസ്ത മാനങ്ങളുള്ള ചിരിയുടെ വെടിവയ്പുകളിലൂടെ കാലത്തോട് കവിത കലഹിച്ചു. ഏറ്റവും പുതിയ കാലത്തെ കവിതയിലെ സർറിയൽ ചിത്രങ്ങൾ സമകാലിക ചരിത്രത്തിനു നേരെ നിറയൊഴിക്കുന്നതു കാണാം. കലയുടെ യഥാർത്ഥ ദൗത്യം ഇത്തരം കലഹങ്ങളാണ്.

ഭൂതകാലത്തിന്റെ മണ്ണിൽ പിറന്ന് വർത്തമാനകാലത്തിന്റെ വെയിലും മഴയുമേറ്റ് വളരുന്ന കവിതയിൽ ഭാവിയുടെ കിനാവുകൾ വിടർന്നു വരുന്നുണ്ട്. ഭാവിയെക്കുറിച്ചുള്ള അത്യന്തം ഗൂഢമായ പ്രവചനങ്ങൾ കവിതയിൽ നാം പലപ്പോഴും വായിക്കാറുണ്ട്. വരാൻ പോകുന്ന വലിയ വിപത്തുകളെക്കുറിച്ച് കവിതയിൽ സൂചനകളുണ്ടാകും. മനുഷ്യന്റെയും ഈ ലോകത്തിന്റെയും ഭാവി പ്രവചന രൂപത്തിൽ കവിതയിൽ മറഞ്ഞുകിടക്കാറുണ്ട്. ആർക്കും പെട്ടെന്ന് തൊട്ടു കാണിച്ചു തരുവാനോ, പ്രയാസമില്ലാതെ കേൾക്കുവാനോ കഴിയുന്ന രൂപത്തിലായിരിക്കില്ല കവിയുടെ നാദപ്രവചനങ്ങൾ. അവ കവിയുടെ സ്വപ്നങ്ങളായി കവിതയിൽ ലയിച്ചു ചേർന്നു കിടക്കും. ഏതു വൻദുരന്തത്തെയും കൊടും വിപത്തിനെയും അതിജീവിച്ചു പോകുവാൻ മനുഷ്യാത്മാവിന് കരുത്തു നല്കുന്ന അമൃതാണ് കവികൾ കാണുന്ന സ്വപ്നങ്ങൾ. ആഴമേറിയ ആത്മീയാന്ധകാരത്തിൽ കവിത ഒരു വിളക്ക് കത്തിച്ചു വയ്ക്കുന്നു. ആ വിളക്കിന്റെ പ്രകാശമാണ് കവിത. ഇത്തരമൊരു വിളക്ക് എല്ലാവർക്കും കാണാവുന്ന വിധത്തിൽ കവികൾ കവിതയുടെ അന്ത്യഭാഗത്ത് തിരിയിട്ട് എണ്ണയൊഴിച്ച് കത്തി വയ്ക്കുകയല്ല ചെയ്യുന്നത്. വാക്കുകളുടെ അബോധത്തിൽ വാക്കുകൾ സൃഷ്ടിക്കുന്ന അർത്ഥത്തിന്റെ പിരിമുറുക്കത്തിൽ വാക്കുകൾ തമ്മിലുരസുമ്പോഴുണ്ടാകുന്ന ഘർഷണത്തിൽ, റിഥത്തിൽ വെളിച്ചം പ്രസരിപ്പിക്കുന്ന ഒരു വിളക്കുണ്ട്. ആസ്വാദനത്തിന്റെയും വായനയുടെയും ആഴമനുസരിച്ചാവും ആ വെളിച്ചം പ്രത്യക്ഷപ്പെടുന്നത്. ഈ വെളിച്ചം കാണാതെ പോയാൽ കവിത വായിച്ചില്ല എന്നു തന്നെയാണ് അർത്ഥം.

9 789387 842199

Printed by Libri Plureos GmbH in Hamburg,
Germany